ሰብሮ ለማለፍ የሚያስችሉ 8 ቁልፎች

ድል ለትዳራችሁ

ጆ እና ስቴፋኒ ዴሞት

MISSIONARIES 2 MARRIAGES

Published by MISSIONARIES 2 MARRIAGES Po Box 7832 Broomfield, Co 80021

ማውጫ

ማስታወሻ

ሰብሮ ለማለፍ የሚያስችሉ 8 ቁልፎች

ድል ለትዳራችሁ

ይህ ኮርስ በብዙ መንገዶች ጥቅም ላይ እንዲውል ታቅዶ የተዘጋጀ ነው፡፡ ጥንዶች ይህንን ትምህርት በመጽሐፍ ቅዱስ ጥናት ወይም በሰንበት ትምህርት መልክ ማቀድ ይችላሉ፡፡ በራሳቸው ትዳር ላይ መስራት የሚፈልጉ ጥንዶችም በግላቸው ሊጠቀሙበት ይችላል፡፡ ይህንን ኮርስ የእነርሱ አገልግሎት አካል ማድረግ ለሚፈልጉ ጥንዶችም የሚሰጥ ስልጠና አለ፡፡ ጥንዶች ጥንድ የሆኑ ጓደኞቻቸውን በመጋበዝ በቡድን ሆነው ሊያጠኑትም ይችላሉ፡፡ ስለ ጋብቻ አገልግሎት የበለጠ ለመማርም መጽሐፉን መጠቀም ይቻላል፡፡ እግዚአብሔር በማንኛውም ሁኔታ ውስጥ ያሉ ሰዎች ተጠቃሚዎች እንዲሆኑበት በማድረግ እንድናዘጋጀው ጠይቆናል፡፡ ይህንን ኮርስ ጌታ በሚፈልገው መልክ መንፈስ ቅዱስ እንዲዘጋጅ እንዳደረገው ይሰማናል፡፡ ስለሆነም ይዘቱን እንዳትቀይሩት እንጠይቃችኋለን፡፡ ሌሎች ሕዝቦች ኮርሱን መጠቀም የሚያስችላቸው መመሪምያ ታቅዷል፡፡ ለትርጉም ሥራ እና ለመጓጓዝ የገንዘብ ድጋፍ ማግኘት አስፈለጊ ነው፡፡ ለጋብቻ ሚሽነሪዎች (Missionaries2Marriqges) የሚደረገው ድጋፍ ሁሉ ከበጎ ፍቃድ ተባባሪዎች የሚሰጥ ነው፡፡ ከዚህ ኮርስ ከሚገኘው ጥቅም ጋር የተያያዘ አይደለም፡፡ ኮርሱን በተመለከተ አግባብነት ያላቸው ጥያቄዎች ካላችሁ ልታገኙን ትችላላችሁ፡፡ የዚህን መጽሐፍ ርዕሶችን አስመልክቶ ጥያቄዎች ካሉአችሁ በኢሜል አግኙን እኛም ጥያቄዎቻችሁን ለመመለስ ማድረግ የምንችለውን ሁሉ ለማድረግ እንጥራለን፡፡ በተጨማሪም የፀሎት ርእሶቻችሁን በኢሜል ልትልኩን ትችላላችሁ፡፡ Missionaries2Marriages ዓለምን ለመድረስ ትልቅ ራዕይ አለው፡፡ ቤተሰብን እና ጋብቻን ለማገልገል በእኛ በኩል ማድረግ የምንችለውን ሁሉ እናደርጋለን፡፡ Missionaries2Marriages በርካታ የአገልግሎት ዘርፎች አሉት ለምሳሌ፡- የኢንተርኔት ሬድዮ፣ ሌሎች ማቴሪያሎችን ጨምሮ የጋብቻ ኮንፈረንስ እና የኦንላይን ኮርሶችም አሉት፡፡

ጌታ አጋሮቻችን እንድትሆኑ ከመራችሁ የአንድ ጊዜ ስጦታ ወይም በየወሩ በመስጠት አገልግሎታችንን መደገፍ ትችላላችሁ፡፡ አድራሻችን እንደሚከተለው ነው፡፡
www.Missionaries2Marriages.com.

2 ቆሮንቶስ 8፥23 «ስለ ቲቶ የሚጠይቅ ቢኖር ስለ እናንተ አብሮኝ የሚሠራ ባልንጀራዬ ነው፤ ስለ ወንድሞቻችን የሚጠይቅ ቢኖር የአብያተ ክርስቲያናት መልእክተኞችና የክርስቶስ ክብር ናቸው።»

በዚህ ኮርስ ለመሳተፍ ለምትፈልጉ ነፃና ታርመው የቀረቡትን ቪዲዎቻችንን ለማግኘት ቀጥሎ ያለውን የድኅረ ገጻችንን ዩአርኤል(URL) እንድትጎበኙ እንጋብዛችኋለን።

www.Missionaries2Marriages.com/Victorious-Living.php

የእግዚአብሔር በረከት በእናንተና በቤተሰባችሁ ላይ ይሁን
ጀ እና ስቴፋኒ ዴሞት
demott@Missionaries2Marriages.com
Office 303-465-0342

MISSIONARIES 2 MARRIAGES
PO BOX 7382
Broomfield, Co 80021

ዋጋ የምንሰጣቸው ነገሮች፡-

1. **እኛ ምንጊዜም ቢሆን ሰዎችን ወደ ኢየሱስ ጌትነት እናመለክታለን**
ሰዎች ከክርስቶስ ጋር በሚኖራቸው ግንኙነት እንዲደገፉ እንጂ በእኛ ላይ ተደጋፊዎች እንዲሆኑ አናደርግም፡፡ ሰዎችን እና ሁኔታዎቻቸውን በእምነት እንመለከታለን፡፡ መመሪያችንም የእግዚአብሔር ቃል ነው፡፡

2. **በመንፈስ ቅዱስ የሚንቀሳቀስ ጠንካራ ቤተሰብ ጠንካራ ቤ/ክርስቲያንን ይመሠርታል**
አማኞች እንደገና ከተወለዱ በኋላ ሊለማመዱት የሚገባ ትልቅ ነገር አለ እርሱም አማኞችን የሚሞላውን መንፈስ ቅዱስን ነው (ሐሥራ 1፥8)፡፡ የመንፈስ ቅዱስ ኃይል (በመንፈስ ፍሬዎች) አማካኝነት አማኞችን ይለውጣል፡፡ ደግሞም በአማኞች አማካኝነት በስጦታዎቹ ይገለጣል፣ ይፈሳል፡፡

3. **ጋብቻ ቃል ኪዳን ነው**
የጋብቻ ግንኙነት በክርስቶስ እና በቤ/ክርስቲያን መካከል ያለውን የቃል ኪዳን ግንኙነት ያንጸባርቃል፡፡ አንደኛው ወገን ምንም ነገር ቢያደርግ ባልና ሚስት አንዳቸው ለሌላቸው ታማኝ ለመሆን የሚስማሙበት ቅድመ ሁኔታን የማይጠይቅ እስከ ሞት ድረስ የሚዘልቅ ኪዳን ነው፡፡

4. **እግዚአብሔር ለቤተሰብ ያቀደው በአንድ ወንድ እና በአንዲት ሴት መካከል የሚመሰረተውን ጋብቻ ነው**
እግዚአብሔር ለቤተሰብ ያቀደው ሰማያዊ አባታቸውን የሚመስሉ ጤናማ ወንዶችና ሴቶች ልጆችን እንዲያፈሩ ነው፡፡

5. **እኛ ከእግዚአብሔር ቃል የሆነውን ሕይወት ለሕዝቦች ሁሉ የምናመጣ ነን**
እኛ በእግዚአብሔር ቃል እና በግልፅነት ምሳሌ በመሆን ለእያንዳንዱ ሕዝብ ጋብቻ እና ቤተሰብ የክርስቶስን የፈውስ ኃይል የምናመጣ ነን፡፡

6. **የጋብቻ ተፈጥሮ ተሰርቶ ያለቀለትና ጠቅልለን የምንወስደው ዓይነት ሳይሆን እያደገና እየጨመረ የሚሄድ ነው፡፡**
እግዚአብሔር ከእኛ ምርጥ የሆነውን ነገር ያወጣል ስለሆነም ትዳር ችግር ሲያጋጥመው ፈውስን እና ሙሉነትን ለማየት ሁኔታውን እንጠቀምበት፡፡

7. **እግዚአብሔር በቤተሰብ ውስጥ ትውልድን ያያል**
ስለሆነም እኛ ለሚቀጥለው ትውልድ የቃልኪዳን፣ የሰላም እና እግዚአብሔርን የማወቅ ቅርስ ሙተው ይገባናል፡፡

8. **እኛ የአካሉ ብልቶች ነን**
እኛ በአንድ አይነት አስተሳሰብ የተሳሰርን እና የእግዚአብሔርን መንግሥት የምንገነባ ነን፡፡

የጋብቻ ሚሽነሪዎች (Missionaries2Marriages) የተልዕኮ ቃል፡-

እኛ ወደ ሕዝቦች ሁሉ ሄደን የኢየሱስ ክርስቶስን ወንጌል የምስራች ብለን ለመስበክ ራሳችንን ሰጥተናል፡፡ ጌታ አስፍቶ በሚሰጠን ስፍራ ሁሉ እየሄድን የቤተሰብ እና የጋብቻን ፈውስ ለማወጅ እና የቃልኪዳንን ምንነት ለማስተማር ራሳችንን ሰጥተናል፡፡ ለጋብቻና ቤተሰብ የክርስቶስን ፍቅር ለማምጣት ራሳችንን ሰጥተናል፡፡ እግዚአብሔር ምንጊዜም የእርቅ አምላክ ነው፡፡ ተልዕኮአችን የክርስቶስን አካል በመገንባት እና አንድነትን በማምጣት በአገልግሎት እና በራዕይ መካከል ያለውን ክፍተት መሙላት ነው፡፡

ይህ ኮርስ ባል እና ሚስት በጋራ እየሆናችሁ እንድትሰሩት ለእናንተ ታቅዶ የተዘጋጀ ነው፡፡ ይህንን ጥናት በምትሰሩበት ጊዜ የትዳር ጓደኛችሁን ለውጥ አትመልከቱ ይልቁንም መንፈስ ቅዱስ በእናንተ እንዲሰራ የትዳር ጓደኛችሁን ሳይሆን የራሳችሁን ልብ መርምሩ፡፡ በመንፈሳዊ ሕይወታችሁ ፍሬ ስታፈሩ በትዳራችሁም የለውጥ ፍሬ ታያላችሁ፡፡ እግዚአብሔር እያንዳንዳችሁን መሆን የሚገባችሁን እንድትሆኑ ያብጃችሁ፡፡

በእያንዳንዱ ቁልፍ ክፍለ ጊዜ መጨረሻ ላይ የከበረ የአብሮነትን ጊዜ አሰመልክቶ የቀረበ ቃል አለ፡፡ በፀሎት ጊዜያችሁ አንዳችሁ ለሌላችሁ በትኩረት ፀልዩ፡፡ እግዚአብሔርን በቃሉ ፈልጉት፡፡ ለእያንዳንዳችሁ የማበረታቻ ቃል ያሳያችኋል፡፡ የእግዚአብሔርን ቃል አብራችሁ ለማጥናት ጊዜ ውሰዱ፡፡ እግዚአብሔር ያነበባችሁት እና ያጠናችሁት ቃል ለእናንተ እና ለትዳራችሁ ምን ማለት እንደሆነ ይገልጥላችኋል፡፡ በእያንዳንዱ የከበረ የአብሮነት ገጽ ላይ በቀረበው አስተያየት ላይ ፀልዩ፡፡ የእግዚአብሔርን ቃል በግላችሁ ስታጠኑ መልካም ነገር እንደምታገኙ ሁሉ አብራችሁ በማጥናት የበለጠ ለማግኘት ፈልጉ፡፡ እያንዳንዱ ጥንድ ልዩ ከመሆኑ የተነሳ የተለየ ስጦታ አለው፡፡ እንደ ትዳር አጋሮች ማከናወን የሚገባችሁን እንዴት እንደምታከናውኑ እንዲያሳያችሁ እግዚአብሔርን ጠይቁት እርሱም ያሳያችኋል፡፡
እባካችሁ ይህንን ኮርስ ከመጀመራችሁ በፊት ወደ መጽሐፉ ጀርባ በመሄድ በገጽ 97 ላይ «ከኮርሱ በፊት» ከሚለው ርዕስ ስር ያሉትን መጠይቆች ሰርታችሁ አጠናቁ፡፡ ይህንን ኮርስ ከጨረሳችሁ በኋላም በገጽ 98 ላይ «ከኮርሱ በኋላ» በሚል ርዕስ ስር የተቀመጡትን ተመሳሳይ ጥያቄዎች ሰርታችሁ አጠናቁ፡፡ በመጨረሻም የሰጣችኋቸውን መልሶች አመሳክሩ፡፡

ሰብሮ ለማለፍ የሚያስችሉ 8 ቁልፎች

ቢጀ እና ስቴፋኒ ዴሞት

MISSIONARIES 2 MARRIAGES

መግቢያ

እስኪ ግንኙነታችሁ እንዴት እንደተጀመረ ተነጋገሩ። የተጀመረው እንዴት ነበር? ምን ታስታውሳላችሁ? የነበራችሁ ግምት ከሆነው ነገር ጋር የሚለያየው እንዴት ነው? ስለ ግንኙነታችሁ ቤተሰቦቻችሁ ምን ያስቡ ነበር? ስትጀምሩ መርቀዋችሁ ወይስ ረግመዋችሁ ነበር? ያ ሁኔታ አሁን ላይ ያሳደረባችሁ ተፅዕኖ ምን ይመስላል? በትዳራችሁ ውስጥ ያጋጠማችሁ ትግል ምንጩ ወይም ሥሩ ምን ነበር? ለመጀመሪያ ጊዜ ስትገናኙ ሁኔታው ምን ይመስል እንደነበር እስኪ አስቡ። መጀመሪያ በተገናኛችሁ ጊዜ የምትተያዩት እንዴት እንደ ነበር ታስታውሳላችሁ? እርስ በርስ በምትነጋገሩበት ጊዜ ምን ይሰማችሁ ነበር? በስልክ ለረጅም ጊዜ ታወሩ እንደነበር ታስታውሳላችሁ? አብራችሁ በምትሆኑበት ጊዜ ተውባችሁና አምራችሁ ለመቅረብ እንዴት ትጥሩ እንደ ነበር ታስታውሳላችሁ? እስኪ ለጥቂት ደቂቃ ያሳለፋችኋቸውን ቀናት አስታውሱ። አንዳችሁ ሌላችሁን ያገባችሁት ለምንድን ነው?

ባል

ሚስት

ወደ ፊት አብራችሁ የምትኖሩት ኑሩ ምን ሊመስል እንደሚችል ስታስቡ እርስ በርስ በደስታ እንዴት አይን ለዓይን ትተያዩ እንደነበር ታስታውሳላችሁ?

አብዛኞዎቹ ጥንዶች ትዳራቸው ምን ሊመስል እንደሚገባ አስቀድመው ያቅዳሉ፡፡ እናንተ ምናልባት የት መኖር እንዳለባችሁ፣ ምን አይነት ቤት እንደምትገዙ፣ ስንት ልጆች እንደምትወልዱ፣ መኪና፣ ድመት ወይም ውሻ እንደሚኖራችሁ አቅዳችሁ ይሆናል፡፡ ምናልባትም ስለ እነዚህ ነገሮች ምንም አላሰባችሁም ይሆናል፡፡ ምናልባትም ዕቅድ የምታወጡት መበደር በምትችሉበት ልክ በየጊዜው በጥቂቱ ሊሆን ይችላል፡፡

አንዳችሁ ለሌላችሁ ስለገባችሁትስ ቃል በመድረክ ላይ ስለገባችሁት ቃል ኪዳን ሳይሆን በግል ሁለታችሁ ብቻ የተነጋገራችሁት፡፡ ታማኝ ለመሆን፣ ለመዋደድ እና አንዳችሁ ሌላችሁን ለማስደሰት የገባችሁትን ቃል ሳይሆን ሌሎች ቀለል ያሉ ተስፋዎች፡፡ ለምሳሌ:- ወደፊት አንድ ቀን በዚያ ተራራ ላይ ቤት እንሰራለን፣ የራሳችንን ጀልባ እንገዛለን ወይም ትልቅ ጥቅም የምናገኝበት ትልቅ ሥራ ይኖረናል በመባባል አንዳንድ ጊዜ ቃል እንገባለን፡፡ ነገር ግን የገባነው ቃል እውን መሆኑንና አለመሆኑን አንቆጣጠርም፡፡ ሕልማችን እውነት ካልሆነ ምናልባት ትልቅ ጉዳይ ሊሆን ይችላል፡፡ እውን ከሆነልን ደግሞ በረከት ሆኖልናል፡፡

እንደሚታወቀው ሁላችንም በግንኙነታችን መጀመሪያ ላይ ተስፋ ነበረን፡፡ ሁላችንም የአብሮነት ኑሮአችን ምን ሊመስል እንደሚችል የየራሳችን ሕልምና ግምት ነበረን፡፡ አበብዛኞቹ ጥንዶች ለሰባት ዓመታት በግዙፍ ማሰሮ ቀዳዳ ውስጥ ሊውድቁ እንደሆነ እያሰቡ አላገቡም! በቀጣዮቹ ዓመታት ሊያጋጥሙአቸው ስለሚችሉት የኢኮኖሚ እና የግንኙነት መሰናክሎች ሳይደርስባቸው አስቀድመው መገመት አንዳቸውም አይችሉም፡፡ አንዳችን ሌላችንን በመውደዳችን ምክንያት ተጋባን፡፡ አንዳችን በሌላችን የጾታ ፍቅር ወደቅን፡፡ የምንናገረውን እና የምናደርገውን አብረን አየን፡፡ ማንን እናግባ እና ለምን እናግባ ለሚለው ጥያቄ ትልቁ የመነሻ ምክንያታችን አካል የሆነው ምናልባት የወሲብ ፍላጎታችን ሊሆን ይችላል፡፡ ምናልባት በዚያ ጊዜ እናንተ ወይም እጮኛችሁ ክርስቲያን ላትሆኑ ትችላላችሁ፡፡ እኔና ጆዪ ስንጋባ ባለቤቴ ጆዪ ክርስቲያን አልነበረም፡፡ በኃይማኖተኞች ቤት ውስጥ ያደገ ቢሆንም ከጌታ ከኢየሱስ ክርስቶስ ጋር ግላዊ ግንኙነት አልነበረውም፡፡ እኔ ከህጻንነቴ ጀምሮ ወደ ቤ/ክርስቲያን እሄድ ነበር፡፡ ጌታን የተቀበልኩትም የዘጠኝ ዓመት ልጅ ሆኜ ነበር፡፡ ያለ ጌታ ሊያበሳጨኝ እና ከመጋባታችን በፊትም ሆነ ከተጋባን በኋላ ቀስ በቀስ ታማኝነቱን ሊያጓድል የመቻሉን እውነት ከመጋፈጥ ይልቅ፥ ጆዪ ወደ እግዚአብሔር መንግስት እንዲመጣ እፀልይለታለሁ ስለዚህ ምንም ችግር የለውም ብዬ አስብ ነበር፡፡ በዚህ ጉዳይ የእግዚአብሔርን ዕቅድ ለምትከተሉ የእግዚአብሔር ቃል ከማያምኑ ጋር እንዳትጠመዱ ማረጋገጫ ይሰጣል፡፡

2ቆሮ 6፥14 «ከማያምኑ ጋር በማይመች አካሄድ አትጠመዱ፤ ጽድቅ ከዓመፅ ጋር ምን ተካፋይነት አለውና? ብርሃንም ከጨለማ ጋር ምን ኅብረት አለው?»

ብዙዎች ወደ ጋብቻ የሚገቡት በተሳሳተ ምክንያት ነው:: ማንን ማግባት እንዳለባቸው እንኳ እግዚአብሔርን አይጠይቁትም:: በዚህ ዘመን በግንኙነታችን ውስጥ ከጋብቻ በፊት በወሲብ ኃጢአት መውደቅ የተለመደ ክስተት ሆኖአል:: ሆኖም እግዚአብሔር እንደሚረዳን በማወቅ ተፀፅተን ንስሐ ስንገባ የእግዚአብሔር ፀጋ በተግባር ወደ እኛ ይመጣል ኃጢአታችንንም ሁሉ ይሸፍናል:: ብዙዎቻችን በእግዚአብሔር ፊት አንዳችን ለሌላችን ሊኖረን ስለሚገባ መስጠት ምንም አይነት ሃሳብ አልነበረንም:: አንዳችን ለሌላችን ራሳችንን እንደምንሰጥና ለዘላለም እንደምንዋደድ ሙሉ በሙሉ እርግጠኞች ነበርን:: ጥቂቶቻችን ወደ ትዳር የገባነው የትዳር ጓደኞቻችን በዝሙት ኃጢአት እስካልወደቁ ድረስ እርሱ ወይም እርሷ በፍጹም አይጠሉንም የሚል አስተሳሰብ ይዘን ነው::

አቋማችን:- ማንንም ቢሆን መጨቆን ተገቢ አይደለም:: የሚያስጠይቅም ጉዳይ ነው:: ሚሸነሪስ 2 ማሬጅ ጭቆና ያለበት ትዳር ሊፈወስ እንደሚችል ያምናል:: ምናልባት በዚህ ሁኔታ ውስጥ ያላችሁ ብትኖሩ ነጻ መውጣትን እና እርዳታ ማግኘትን ፈልጉ:: ከትዳራችሁ ሳይሆን ከጭቆና ነጻ እንድትወጡ በዙሪያችሁ ያሉ ክርስቲያኖች እንዲፀልዩላችሁ ለፀሎት ጋብዙአቸው:: ጭቆና የሚያስከትሉ ቃሎችን በመናገር ራሳችሁን በዚያ ቃል አስራችሁ ከሆነ ሰይጣን የገባችሁትን ቃል እናንተን ለመጉዳት ሊጠቀምበት ስለሚችል አሁኑኑ በጌታ በኢየሱስ ስም እየተቃወማችሁ ፀልዩ! ከአንደበታችን የምናወጣቸው ከፉ ቃሎች ኃይል አላቸው:: ጠላት ከምናወጣቸው ከፉ ቃሎች ጋር በመስማማት የበለጠ ኃይለኛ ያደርጋቸዋል::

እግዚአብሔር ሁሉንም ሸፍኖአል!
ስለ በረከት ምን ታስባላችሁ? ትዳራችሁ በወላጆቻችሁ ተባርኮአልን? የወጣችሁት ብቸኛ የሆነ ወላጅ ካለበት ቤተሰብ ነውን? ምናልባት ለዛሬው ትዳራችሁ መልካም ምሳሌ ሊሆን የሚችል ጤናማ ትዳር በልጅነታችሁ አላያችሁ ይሆናል:: አሁን ወደ እግዚአብሔር ቃል በመሄድ እግዚአብሔራዊ ምሳሌ ማግኘት ትችላላችሁ::

ወላጆቻችሁ ትዳራችሁን የሚመለከቱት እንዴት ነው?

ባል:-

ሚስት:-

ትዳራችሁ በወላጆቻችሁ እንደተባረከ ይሰማችኋልን?
ባል ---------------------------
ሚስት -------------------------

ዘዳግም 30፥19 *«በፊታችሁ ሕይወትን እና ሞትን በረከትን እና መርገምን እንዳስቀመጥሁ እኔ ዛሬ ሰማይን እና ምድርን በአንተ ላይ አስመሰክራለሁ እንግዲህ አንተና ዘርህ በሕይወት ትኖሩ ዘንድ ሕይወትን ምረጥ»*

በቃሎቻችን ውስጥ ኃይል አለ፡፡ በውስጣቸውም መልካምም ሆነ ክፉ ዘር ይበቅላል፡፡ በየአይነታቸውም ያድጋሉ ይባዛሉም! ስለሆነም ወላጆቻችሁ ትዳራችሁን ካልባረኩ ያለመባረካቸው ውጤት በትዳራችሁ ላይ ችግር መፍጠሩ አይቀርም፡፡

በትዳራችሁ ላይ ያለውን መርገም አሁኑኑ መስበር ትችላላችሁ፡፡ በመጀመሪያ ወላጆቻችሁን ይቅር በሉ፡፡ ከዚያም አሁኑኑ በረከትን በትዳራችሁ ላይ አውጁ፡፡

ስለ በረከት በሚቀጥለው ትምህርት ውስጥ የበለጠ እንነጋገራለን፡፡ አሁን እንደ ትዳር አጋሮች በጌታ ፊት አብራችሁ ቅረቡ ወላጆቻችሁንም ይቅር በሉአቸው ባርኩአቸውም፡፡

እግዚአብሔር ይፈውሳል! በሁለቱም አቅጣጫ ካለው የዝሙት ኃጢአት ይፈውሳል፡፡ ባለቤቴ ጆዪ በእኔ በሚስቱ በስቴፋኒ ላይ ለ30 ዓመታት ሲያደርግ ከነበረው አካላዊ ጉዳትና ጭቆና እግዚአብሔር ፈውሶናል፡፡ አሁን በእግዚአብሔር ፀጋ እግዚአብሔርን የምንወድና በጋብቻና በቤተሰብ አገልግሎት ላይ የተሰማራን አገልጋዮች ሆነናል፡፡ እባካችሁ ይህንን ተስፋ ለራሳችሁ አሁን ተቀበሉ፤ መሰናክሎቻችሁን ሰባብራችሁ ለመውጣት በእነዚህ 8 ቁልፍ ነገሮች ውስጥ እየተጓዛችሁ ሳለ እግዚአብሔር ይቅርታ እና ተስፋን ወደ እናንተ በማምጣት ይገነባችኋል፡፡ እግዚአብሔር የሚያዳላ እንዳልሆነ ለማመን ተዘጋጁ፡፡ እርሱ አፍቃሪ፣ ተንከባካቢ እና የምህረት አምላክ ነው፡፡ እርሱ ለእናንተ እና ለትዳራችሁ ዕቅድ አለው፡፡ ጠንካራ እና ጤናማ ትዳር ያላችሁ ሰዎች ደግሞ እግዚአብሔርን ስለ ትዳራችሁ አመስግኑት፤ ከዚህ ኮርስ የምታገኙትን ትምህርት ወስዳችሁ በትዳራችሁ እና በሌሎች ትዳር አባዙት፡፡

ይህንን የትምህርት ጉዞ እናንተን በመባረክ መጀመር እንፈልጋለን፡፡ እባካችሁ እግዚአብሔር እንደሚወዳችሁ ተረዱ፡፡ ትዳራችሁን ለእናንተ፣ ለልጆቻችሁና ለሌሎችም በረከት እንዲሆን ይፈልጋል፡፡ ተስፋውን ከጅማሬአችሁ ወደ እናንተ ማምጣት እንፈልጋለን፡፡ አዎን፣ በዚህ አደገኛ ጉዞ ውስጥ እንደ አንድ ሆናችሁ በምትጓዙበት ጊዜ ጥቂት አስቸጋሪ ሁኔታዎችን መጋፈጥ ይኖርባችሁ ይሆናል፡፡ ነገር ግን በማንኛውም አስቸጋሪ ሁኔታ ውስጥ እድገት አለ፡፡ ይህ እድገት በእናንተ ትዳር ላይ እንዲትረፈረፍ እንፀልያለን፡፡

ሮሜ 8፥37-39 *«ዚህ ሁሉ በወደደን በእርሱ ከአሸናፊዎች እንበልጣለን፡፡ ሞት ቢሆን፥ ሕይወትም ቢሆን፥ መላእክትም ቢሆኑ፥ ግዛትም ቢሆን፥ ያለውም ቢሆን፥ የሚመጣውም ቢሆን፥ ኃይላትም ቢሆኑ፥ ከፍታም ቢሆን፥ ዝቅታም ቢሆን፥ ልዩ ፍጥረትም ቢሆን በክርስቶስ ኢየሱስ በጌታችን ካለ ከእግዚአብሔር ፍቅር ሊለየን እንዳይችል ተረድቼአለሁ፡፡»*

እፍረት

ከትልቅ ኃጢአት ለምሳሌ፡- ከዝሙት ወይም ሰውን ከመጉዳት በደል የወጣችሁ ከሆናችሁ ሰይጣን ሊያሸማቅቃችሁ ይፈልጋል፤ ስለሆነም እግዚአብሔር አሁንም እንደሚወዳችሁ መዘንጋት የለባችሁም፡፡ እፍረትና መሸማቀቅ ከእግዚአብሔር አይደለም፡፡ ከሌላ አዲስ ሰው ጋር እንደገና ግንኙነት ቢጀምሩ ችግራቸው እንደሚቃለል በማሰብ የሚካሰሱ ጥንዶችን አይተናል ነገር ግን እንዳሰቡት አይሆንም! የእግዚአብሔር ተግሳፅ ወደ እርሱ ብርሃን ያመጣናል፡፡ እርሱ አያፍርብንም፡፡ የሚሰማን የእግዚአብሔር ህልውና ወይም የሰይጣን ክስ ቢሆንም ሰይጣን በሁኔታዎች ውስጥ እራሳችንን አንዳችን ከሌላችን ጋር እንድናወዳድር እኛን መገፋፋት ይወዳል፡፡ እፍረት የሚገለጠው ለራሳችን ካለን ዝቅተኛ ግምት እና ከዚህም የተነሳ ከሚከሰት የድብርት ስሜት ነው፡፡ ይህ አይነቱ ስሜት ራሳችንን ከሌሎች ጋር እንድናወዳድር እና ለእኛ ስህተት ሌሎችን ተጠያቂ እንድናደርግ ያነሳሳናል፡፡ ከዚህም የተነሳ በራሳችን ላይ በጣም የምናተኩር እንሆናለን፡፡ ለራሳችን ዋጋ የምንሰፍርበት መለኪያም እግዚአብሔር ለእኛ ባደረገው ነገር ሲሆን ሲገባ ለእግዚአብሔር አድርገናል ብለን በምናስበው ነገር ይሆናል፡፡

2ቆሮንቶስ 10፥12 ***«ራሳቸውን ከሚያመሰግኑ ከአንዳንዶች ጋር ራሳችንን ልንቆጥር ወይም ራሳችንን ልናስተያይ አንደፍርምና፤ ነገር ግን እነርሱ ራሳቸውን ከራሳቸው ጋር ሲያመዛዝኑ፥ ራሳቸውንም ከራሳቸው ጋር ሲያስተያዩ፥ አያስተውሉም፡፡»***

እግዚአብሔር አሸናፊ እንድንሆን ይፈልጋል እኛ ግን ድልነሺ መሆን ሲገባን ተጠቂዎች ሆነናል፡፡ ያለፈው ሽንፈታችሁ ወደፊታችሁን እንዲቀርፅ አትፍቀዱለት፡፡ ወደፊታችሁን የእግዚአብሔር ቃል እና መንፈሱ እንዲቀርጹላችሁ ፍቀዱ፡፡ ትዳራችሁን፣ ልጆቻችሁን ወይም የልጆቻችሁን ትዳር ሰውም ሆነ ዲያቢሎስ የራሳቸው ሊያደርጉት አይችሉም፡፡

ከእግዚአብሔር ጋር ቃል ኪዳን ማድረግ

የሰራችሁት ሥራ ምንም ቢሆን የእግዚአብሔር ልብ በኃጢአታችሁ እንደሚነካ አትርሱ፡፡ የትዳር ጓደኛችሁም መንፈስ በእናንተ ኃጢአት ይጎዳል፡፡ ሆኖም እግዚአብሔር በልጁ በኢየሱስ ደም ይቅር ብሎአችኋል፡፡

ኢየሱስን ወደ ልባችሁ ያልጋበዛችሁት ከሆነ ጊዜው አሁን ነው፡፡ ከኢየሱስ ጋር ግንኙነታችሁን ለማደስ ከፈለጋችሁም ጊዜው አሁን ነው፡፡ የእግዚአብሔር ፍቃድ ለእናንተ እና ለትዳራችሁ በዚያ አለ፡፡ ይህንን እድል አታሳልፉት፡፡

የደህንነት ዕድል

የደህንነት ፀሎት
«***ጌታ ኢየሱስ ሆይ፣ ኃጢአቴን ይቅር በለኝ፡፡ ወደ ልቤ ና፣ መንፈሴን አድስልኝ እና በአንተ አዲስ ሰው አድርገኝ፡፡ ለኃጢአቴ በመስቀል ላይ እንደሞትክልኝ አምናለሁ፡፡ ምስጋና እና ውዳሴ ለአንተ እሰጣለሁ፡፡ በአንተ እንድሆን የምትፈልገውን አይነት ሰው አድርገኝ፡፡ በሕይወቴ ዘመን ሁሉ እከተልሃለሁ፡፡ ከአንተ ጋር በመሆኔ የዘላለም ሕይወት ዋስትና አለኝ፡፡ አሜን***»

አሁን ለክርስቶስ ራሳችሁን ሰጥታችኋል እርሱም ተቀብሎአችኋል፡፡ ይህን ውሳኔ ያደረጋችሁት ለመጀመሪያ ጊዜ ቢሆን አለዚያም እንደገና ሕይወታችሁን ለክርስቶስ ሰጥታችሁ ከሆነ ያደረጋችሁትን ውሳኔ በቁምነገር ጠብቁት፡፡ ኢየሱስ በመንገዳችሁ በእያንዳንዱ እርምጃ ሁሉ ከእናንተ ጋር ይሆናል፡፡

ዮሐንስ 14፥6 *«ኢየሱስም፡- እኔ መንገድና እውነት ሕይወትም ነኝ፤ በእኔ በቀር ወደ አብ የሚመጣ የለም፡፡»*

ሮሜ 8፥1-2 *«እንግዲህ በክርስቶስ ኢየሱስ ላሉት አሁን ኩነኔ የለባቸውም፡፡ በክርስቶስ ኢየሱስ ያለው የሕይወት መንፈስ ሕግ ከኃጢአትና ከሞት ሕግ አርነት አውጥቶኛልና፡፡»*

ዮሐንስ 3፥3 *«ኢየሱስም መለሰ፡- እውነት እውነት እልሃለሁ፥ ሰው ዳግመኛ ካልተወለደ በቀር የእግዚአብሔርን መንግሥት ሊያይ አይችልም አለው፡፡»*

አሁን ጌታ በትዳራችሁያፈሰሳቸውን አስደናቂ ነገሮች ሂዱና ተመልከቱ፡፡

ማስታወሻ

ሰብሮ ለማለፍ የሚያስችሉ 8 ቁልፎች

በጆ እና ስቴፋኒ ዴሞት

MISSIONARIES 2 MARRIAGES

ቁልፍ አንድ፡- በአንድነት መጓዝ

አንድ መሆን

ሀ. አንድነት በትዳራችን ውስጥ የሚመጣው ከአንድ ምንጭ ነው፤ እርሱም ከእግዚአብሔር ጋር ካለን ግንኙነት፡፡ መጽሐፍ ቅዱስ «አንድ ሥጋ» መሆናችንን ይነግረናል፡፡ ይህንን በልባችን ማወቅ ለትዳራችን እጅግ አስፈላጊ ነው፡፡ የጋብቻ ቃል ኪዳናችን አንድ ሥጋ በመሆን ሙሉነት ውስጥ የምንጓዝበትን መመሪያ ይሰጠናል፡፡

ዘፍጥረት 2፥21-24
«እግዚአብሔር አምላክም በአዳም ከባድ እንቅልፍን ጣለበት፥ አንቀላፋም ከጎኑም አንዲት አጥንትን ወሰደ ስፍራውን በሥጋ ዘጋው፡፡ እግዚአብሔር አምላክም ከአዳም የወሰዳትን አጥንት ሴት አድርጎ ሠራት ወደ አዳምም አመጣት፡፡ አዳምም አለ፡- ይህች አጥንት ከአጥንቴ ናት፤ ሥጋም ከሥጋዬ ናት እርስዋ ከወንድ ተገኝታለችና ሴት ትባል፡፡ ስለዚህ ሰው አባቱንና እናቱን ይተዋል፥ በሚስቱም ይጣበቃል ሁለቱም አንድ ሥጋ ይሆናሉ፡፡»

1. እግዚአብሔር ሴትን ከወንድ ውስጥ አወጣት ከዚያም አንድ ሥጋ እንዲሆኑ ወደ እርሱ አመጣት፡፡ እግዚአብሔር የአዳምን ጎን አጥንት ወሰደ፤ በዕብራውያን ቋንቋ ከአዳም «አቅም» ማለት ነው፡፡
2. ልዩ ስጦታዎቻቸው ትርጉም እንዲያገኝ ሔዋን የተሰራችው ከአዳም ምርጥ ነገር ነው፡፡
3. ባልና ሚስት አባትና እናታቸውን ይተዋሉ ከዛም አንድ ይሆናሉ፡፡

ለ. ቃል ኪዳን ትዳራችን የሚገነባበት መሰረታዊ ነገር ነው፡፡

1. የጌታ መሆናችንን ማወቅ ያስፈልገናል፡፡ ማንነታችንን እንዴት እናውቃለን?
2. በክርስቶስ ማን መሆናችንን ማወቅ የሚመጣው ከኢየሱስ ጋር ባለን ግንኙነት ነው፡፡
   መዝሙር 127፥1
   «እግዚአብሔር ቤትን ካልሠራ ሠራተኞች በከንቱ ይደክማሉ እግዚአብሔር ከተማን ካልጠበቀ፥ ጠባቂ በከንቱ ይተጋል፡፡»

   1ቆሮንቶስ 1፥30-31
   «ነገር ግን የሚመካ በእግዚአብሔር ይመካ ተብሎ እንደ ተጻፈው ይሆን ዘንድ፥ ከእግዚአብሔር ዘንድ ጥበብና ጽድቅ ቅድስናም ቤዛነትም በተደረገልን በክርስቶስ ኢየሱስ የሆናችሁ ከእርሱ ነው፡፡»

3. የአብን ፍቅር ማወቅ

1ዮሐንስ 3፥1
«የእግዚአብሔር ልጆች ተብለን ልንጠራ አብ እንዴት ያለውን ፍቅር እንደሰጠን እዩ፥ እንዲሁም ነን፡፡ ስለዚህ ምክንያት ዓለም እርሱን ስላላወቀው እኛን አያውቀንም፡፡»

4. የጋብቻ ቃል ኪዳናችን ንጹሕና ዋስትና ያለው መሆኑን ማወቅ

ዕብራውያን 8፥6-13
«አሁን ግን በሚሻል ተስፋ ቃል በተመሠረተ በሚሻል ኪዳን ደግሞ መካከለኛ እንደሚሆን በዚያ ልክ እጅግ የሚሻል አገልግሎት አግኝቶአል፡፡ ፊተኛው ኪዳን ነቀፋ ባይኖረው፥ ለሁለተኛው ስፍራ ባልተፈለገም ነበር፡፡ እነርሱን እየነቀፈ ይላቸዋልና ፡፡ እነሆ፥ ከእስራኤል ቤትና ከይሁዳ ቤት ጋር አዲስ ኪዳን የምገባበት ወራት ይመጣል ይላል ጌታ፤ ከግብፅ አገር አወጣቸው ዘንድ እጃቸውን በያዝሁበት ቀን ከአባቶቻቸው ጋር እንደገባሁት ኪዳን አይደለም፤ እነርሱ በኪዳኔ አልጸኑምና፥ እኔም ቸል አልኋቸው ይላል ጌታ፡፡ ከዚያ ወራት በኋላ ከእስራኤል ቤት ጋር የምገባው ቃል ኪዳን ይህ ነውና ይላል ጌታ፤ ሕጌን በልቡናቸው አኖራለሁ በልባቸውም እጽፈዋለሁ፥ እኔም አምላክ እሆናቸዋለሁ እነርሱም ሕዝብ ይሆኑኛል፡፡ እያንዳንዱም ጎረቤቱን እያንዳንዱም ወንድሙን ጌታን እወቅ ብሎ አያስተምርም ከታናሹ ጀምሮ እስከ ታላቁ ድረስ ሁሉ ያውቁኛልና፡፡ ዓመጻቸውን እምራቸዋለና፥ ኃጢአታቸውንም ደግሜ አላስብም፡፡ አዲስ በማለቱ ፊተኛውን አስረጅቶአል፤ አሮጌና ውራጅ የሆነውስ ሊጠፋ ቀርቦአል፡፡»

ዘፍጥረት 17፥2
«ቃል ኪዳኔንም በእኔና በአንተ መካከል አደርጋለሁ፥ እጅግም አበዛሃለሁ አለው»

5. ቃል ኪዳናችንን በቃሉ አማካኝነት ንጹሕ አድርጎ መጠበቅ

መክብብ 4፥12
«አንዱም አንዱን ቢያሸንፍ ሁለቱ በፊቱ ይቆማሉ በሦስትም የተገመደ ገመድ ፈጥኖ አይበጠስም።»

6. በፀሎት አብሮ ማደግ

ኤፌሶን 4፥3
«በሰላም ማሰሪያ የመንፈስን አንድነት ለመጠበቅ ትጉ።»

7. አንዳችን ሌላችንን ማወቅና መረዳት

1ጴጥሮስ 3፥7
«እንዲሁም፥ እናንተ ባሎች ሆይ፥ ደካማ ፍጥረት ስለ ሆኑ ከሚስቶቻችሁ ጋር በማስተዋል አብራችሁ ኑሩ፤ ጸሎታችሁ እንዳይከለከል አብረው ደግሞ የሕይወትን ጸጋ እንደሚወርሱ አድርጋችሁ አክብሩአቸው።»

8. እንደ ግለሰብ ማንነታችንን ማወቅ ወደ አንድነት ለመምጣት ይረዳናል፡፡

መዝሙር 139፥13-16
«አቤቱ፥ አንተ ኩላሊቴን ፈጥረሃለና፥ በእናቴም ሆድ ሰውረኸኛል፡፡ ግሩምና ድንቅ ሆኜ ተፈጥሬአለሁና አመሰግንሃለሁ ሥራህ ድንቅ ነው፥ ነፍሴም እጅግ ታውቀዋለች፡፡ እኔ በስውር በተሠራሁ ጊዜ፥ አካሌም በምድር ታች በተሠራ ጊዜ አጥንቶቼ ከአንተ አልተሰወሩም፡፡ ያልተሠራ አካሌን ዓይኖችህ አዩኝ የተፈጠሩ ቀኖቼ ሁሉ አንድ ስንኳ ሳይኖር በመጽሐፍህ ተጻፉ፡፡»

9. አንድ ሥጋ መሆናችን የሚያደገው በቃል ኪዳን ንጽሕና አማካኝነት ብቻ ነው፡፡

ሐ. በትዳራችን ውስጥ የቃል ኪዳን ንጽሕና የሚገኘው እግዚአብሔር የትዳራችን አካል ሲሆን ነው፡፡ እንዲህ ሲሆን ነው ንጽሕና ወደ አንድነታችን፣ አካላችን፣ ስሜታችን እና መንፈሳችን የሚመጣው፡፡ በሊቀ ካህናችን በኩል ንጹሐን ሆነን እንጠበቃለን፡፡ እርሱም፦ ኢየሱስ!

ዕብራውያን 4፥14-16
«እንግዲህ በሰማያት ያለፈ ትልቅ ሊቀ ካህናት የእግዚአብሔር ልጅ ኢየሱስ ስላለን፥ ጸንተን ኃይማኖታችንን እንጠብቅ፡፡ ከኃጢአት በቀር በነገር ሁሉ እንደ እኛ የተፈተነ ነው እንጂ፥ በድካማችን ሊራራልን የማይችል ሊቀ ካህናት የለንም፡፡ እንግዲህ ምሕረትን እንድንቀበል በሚያስፈልገንም ጊዜ የሚረዳንን ጸጋ እንድናገኝ ወደ ጸጋው ዙፋን በእምነት እንቅረብ፡፡»

ሕይወት የሚገኘው በደም ውስጥ ነው፤ እርሱም የኢየሱስ ደም

ሌዋውያን 17፥11
«የሥጋ ሕይወት በደሙ ውስጥ ነውና ደሙም ከሕይወቱ የተነሣ ያስተሰርያልና በመሠዊያው ላይ ለነፍሳችሁ ማስተሰረያ ይሆን ዘንድ እኔ ለእናንተ ሰጠሁት።»

ማቴዎስ 26፥28
«ስለ ብዙዎች ለኃጢአት ይቅርታ የሚፈስ የአዲስ ኪዳን ደሜ ይህ ነው።»

ምሳሌ 22፥11
«የልብን ንጽሕና የሚወድድና ሞገስ በከንፈሩ ያለች፥ ንጉሥ ወዳጁ ይሆናል።»

1. በቃሉ እውነት መራመድ

ዮሐንስ 8፥32
«እውነትንም ታውቃላችሁ እውነትም አርነት ያወጣችኋል አላቸው።»

2. ቃል ኪዳን በትዳራችን ውስጥ የእግዚአብሔርን ጥበቃ እንድናገኝ ያደርጋል
ዘፍጥረት 6፥18
«ቃል ኪዳኔንም ከአንተ ጋር አቆማለሁ ወደ መርከብም አንተ ልጆችህንና ሚስትህን የልጆችህንም ሚስቶች ይዘህ ትገባለህ።»

3. ክርስቶስን በሕይወታችን በምንቀበልበት ጊዜ ለጋብቻ ቃል ኪዳናችን እንኳ ታላቅ ጥበቃ ይኖረናል

መክብብ 4፥9-12
«ድካማቸው መልካም ዋጋ አለውና አንድ ብቻ ከመሆን ሁለት መሆን ይሻላል፡፡ ቢወድቁ አንዱ ሁለተኛውን ያነሳዋልና አንዱ ብቻውን ሆኖ በወደቀ ጊዜ ግን የሚያነሳው ሁለተኛ የለውምና ወዮለት፡፡ ሁለቱም በአንድነት ቢተኙ ይሞቃቸዋል አንድ ብቻውን ግን እንዴት ይሞቀዋል? አንዱም አንዱን ቢያሸንፍ ሁለቱ በፊቱ ይቆማሉ በሦስትም የተገመደ ገመድ ፈጥኖ አይበጠስም፡፡»

ዘፍጥረት 31፥44
«አሁንም ና፥ አንተና እኔ ቃል ኪዳን እንጋባ በእኔና በአንተ መካከልም ምስክር ይሁን።»

መ. አንድ ሥጋ በመሆን የምናድገው እንዴት ነው?

1. ፀሎት በየግላችን እና እንደ ጥንዶች በጋራ ወደ እግዚአብሔር ያቀርበናል፡፡ ከዚህ በታች የቀረበውን ስዕል እንደምትመለከቱት ወደ እግዚአብሔር በየግላችሁ የምትጠጉ ከሆን እርስ በርሳችሁ ትጠጋጋላችሁ፡፡

2. በዘፍጥረት የተጠቀሰው የመተውና የመጣበቅ ሂደት በጠንካራ መዝገበ ቃላት ውስጥ «በሙጫ ማጣበቅ» የሚል ትርጉም ተሰጥቶታል፡፡ **ዘፍጥረት 2፥24** *«ሰው አባት እና እናቱን ይተዋል በሚስቱም ይጣበቃል ሁለቱም አንድ ሥጋ ይሆናሉ» ይላል፡፡*

3. በእኛ አንድ ሥጋነት የእግዚአብሔር ቃል እንዲያድግ በቃልና በተግባር አንዳችን ሌላችንን እንባርክ ስለዚህ መርሆ በሚቀጥሉት ቁልፎች ውስጥ እንነጋገራለን)

ሀ. አንድ ሥጋ የመሆናችን ኃይል ከእግዚአብሔር ዘንድ የተሰጠን ቅርሳችን አንዱ ክፍል ነው፡፡

ሮሜ 8፥17 *«ልጆች ከሆንን ወራሾች ደግሞ ነን፤ ማለት የእግዚአብሔር ወራሾች ነን፥ አብረንም ደግሞ እንድንከበር አብረን መከራ ብንቀበል ከክርስቶስ ጋር አብረን ወራሾች ነን።»*

ለ. ታዲያ እንደ አንድ ሥጋ ቅርሳችን ለእኛ ብቻ አይደለም ነገር ግን ለልጆቻችን እና ለልጆቻችን ልጆች እናም ይቀጥላል!

ሠ. እግዚአብሔር ከማንም የበለጠ ያውቀናል፡፡

መዝሙር 139፥13-17
«አቤቱ፥ አንተ ኵላሊቴን ፈጥረሃልና፥ በእናቴም ሆድ ሰውረኸኛል፡፡ ግሩምና ድንቅ ሆኜ ተፈጥሬአለሁና አመሰግንሃለሁ ሥራህ ድንቅ ነው፥ ነፍሴም እጅግ ታውቀዋለች፡፡ እኔ በስውር በተሰራሁ ጊዜ፥ አካሌም በምድር ታች በተሠራ ጊዜ አጥንቶቼ ከአንተ አልተሰወሩም፡፡ ያልተሠራ አካሌን ዓይኖችህ አዩኝ የተፈጠሩ ቀኖቼ ሁሉ አንድ ስንኳ ሳይኖር በመጽሐፍህ ተጻፉ፡፡ አቤቱ፥ ሃሳቦችህ በእኔ ዘንድ እንደ ምን እጅግ የተከበሩ ናቸው! ቁጥራቸውም እንደምን በዛ!»

እግዚአብሔር እርሱ ባሰበው መንገድ ሰርቶአችኋል፡፡ ሲፈጥራችሁ ስህተት አላደረገም፡፡ ሁለት ሰዎችን በማጣመር አንድ ሥጋ የመሆን ግንኙነትን መፍጠር የእርሱ ሥራ ነው፡፡ ስለሆነም ከጌታ ጋር እና አንዳችሁ ከሌላችሁ ጋር ቃል ኪዳን መግባታችሁ ተአምር ነው፡፡

ኤርሚያስ 29፥11
«ለእናንተ የማስባትን አሳብ እኔ አውቃለሁ ፍጻሜና ተስፋ እሰጣችሁ ዘንድ የሰላም አሳብ ነው እንጂ የክፉ ነገር አይደለም፡፡»

ለዚህ ቃል ኪዳን የእኛ ድርሻ

1. ከማንም በላይ ኢየሱስን ማስቀደም፥ ሌላው ቀርቶ ከትዳር ጓደኛችንም በላይ

ማቴዎስ 6፥33
«ነገር ግን አስቀድማችሁ የእግዚአብሔርን መንግሥት ጽድቁንም ፈልጉ ይህም ሁሉ ይጨመርላችኋል»

2. ግንኙነታችንን እና አንዳችን ሌላችንን መንከባከብ
3. አንዳችን ሌላችንን ከማንም ሰው እና ከሁሉም ነገር በላይ መፈለግ እና መውደድ
4.

ረ. ከላይ በተዘረዘሩት ነገሮች ሁሉ እንዴት ለውጥ ማምጣት እንደምትችሉ እግዚአብሔርን በፀሎት ለመጠየቅ ጊዜ ውሰዱ፡፡ ወደ ኋላ በመመልከት እና ወደፊት እንዴት ማደግ እንደምትችሉ በማሰብ እግዚአብሔር የሚያሳያችሁን ጻፉ፡፡

ባል ______________________________

____

____

____

____

ሚስት ______________________________

____

____

____

____

ምሕረት እንዲሸፍናችሁም ጠይቁ፡፡ እስኪ በመጽሐፍ ቅዱስ ውስጥ ለትዳራችን እጅግ በጣም ጠቃሚ ከሆኑት ምዕራፎች አንዱን እንመልከት፡፡ የኤፌሶን መጽሐፍ አምስተኛው ምዕራፍ ክርስቶስ በወደደን መንገድ አንዳችን ሌላችንን እንዴት መውደድ እንዳለብን ደረጃ በደረጃ መመሪያዎች ይሰጠናል፡፡ እነዚህን ቃሎች እያነበባችሁ ስትሄዱ እናንተ ካላችሁበት ሁኔታ ጋር እንዴት እንደሚስማሙ አስቡ፡፡ በዚህ ክፍል ለተጻፈው ቃል ታማኞች ናችሁ? ወይስ አትጠቀሙበትም? ምንም ሆነ ምን እግዚአብሔር ውድ በሆነው በኢየሱስ ደም እናንተን እና የትዳር ጓደኞችሁን ሊሸፍን እና ይቅር ሊላችሁ በዚህ አለ፡፡ ደግሞም ከትዳር አጋራችሁ ጋር ይቅር እንድትባባሉ ይመራችኋል፡፡ ስለሆነም ይቅርታውን ተቀበሉና ከከስ ነጻ ሁኑ፡፡

ሸ. ኤፌሶን አምስትን ደረጃ በደረጃ እንመልከት

ኤፌሶን 5፥22-33 ቁጥር 22 *«ሚስቶች ሆይ፥ ለጌታ እንደምትገዙ ለባሎቻችሁ ተገዙ፤»*

1. ይህንን ቃል ብዙ ጊዜ ሚስቶች የሚረዱት አሉታዊ በሆነ መንገድ ነው፡፡ ምክንያቱም አብዛኛዎቹ ቆስለው ይሆናል፡፡ ስለሆነም መገዛት የሚገለጠው ባልተገባ መንገድ ነው፡፡ ባል እምነት በሚጣልበት እግዚአብሔራዊ ባህሪ ሚስቱን ከሸፈነ ያለማንገራገር ሚስቱ ለሥልጣኑ ትገዛለታለች ምክንያቱም በእግዚአብሔር ፍቅር ሸፍኖአታልና፡፡

23-24 «ክርስቶስ ደግሞ የቤ/ክርስቲያን ራስ እንደሆነ እርሱም አካሉን የሚያድን እንደ ሆነ ባል የሚስት ራስ ነውና፡፡ ዳሩ ግን ቤ/ክርስቲያን ለክርስቶስ እንደምትገዛ እንዲሁ ሚስቶች ደግሞ በሁሉ ለባሎቻቸው ይገዙ፡፡»

2. ከላይ የተመለከትነው ቃል የእስከ አሁኑን አስተያየታችንን ያጠነክርልናል፡፡ ክርስቶስ የቤ/ክርስቲያን ራስ እንደሆነ ባል የሚስቱ ራስ መሆኑን እግዚአብሔር ተናግሯል፡፡ ክርስቶስ ለቤ/ክርስቲያን ሕይወቱን አሳልፎ እስከ መስጠት ድረስ በጣም ይወዳታል፡፡ ቤ/ክርስቲያኑን የሚጎዳ ምንም ነገር አያደርግም ቤ/ክርስቲያኑን በብረት እጅ አይገዛም፡፡ ሕይወትን እና ተግሳፅን በፍቅር ወደ እርሷ ያመጣል፡፡ ሚስት ቤ/ክርስቲያን ከክርስቶስ እንደምታገኘው አይነት ፍቅር እና ዋስትና ከባሏ እንዳገኘች የሚሰማት ከሆነ በመገዛት የምትባረክ ትሆናለች፡፡ ያለምንም ችግር ለባሏ ወደ መገዛት ትገባለች ምክንያቱም ባሏ ክርስቶስን ያከብራል፡፡

25-27 *«ባሎች ሆይ፥ ክርስቶስ ደግሞ ቤተ ክርስቲያንን እንደ ወደዳት ሚስቶቻችሁን ውደዱ፤ በውኃ መታጠብና ከቃሉ ጋር አንጽቶ እንዲቀድሳት ስለ እርስዋ ራሱን አሳልፎ ሰጠ፤ እድፈት ወይም የፊት መጨማደድ ወይም እንዲህ ያለ ነገር ሳይሆንባት ቅድስትና ያለ ነውር ትሆን ዘንድ ክብርት የሆነችን ቤተክርስቲያን ለራሱ እንዲያቀርብ ፈለገ፡፡»*

3. እዚህ ክፍል ላይ ባሎች ለሚስቶቻቸው ሕይወታቸውን እንዲሰጡ ታዘዋል፡፡ ክርስቶስ ስለ እኛ ተሰቃይቶ ሞቶአል ለዚህ ነው እንደ ባል ከእኛ ይህንን የሚጠብቀው፡፡ በሁሉም ነገር ለራሳችን መሞት ያስፈልገናል ደግሞም ሚስቶቻችንን ለእኛ አስፈላጊ ከሆኑ ነገሮች፣ ከምንፈልጋቸውና ከምንመኛቸው ነገሮች ሁሉ በላይ ልናስቀድማቸው ይገባናል፡፡

26-27 *«በውኃ መታጠብና ከቃሉ ጋር አንጽቶ እንዲቀድሳት ስለ እርስዋ ራሱን አሳልፎ ሰጠ፤ እድፈት ወይም የፊት መጨማደድ ወይም እንዲህ ያለ ነገር ሳይሆንባት ቅድስትና ያለ ነውር ትሆን ዘንድ ክብርት የሆነችን ቤተ ክርስቲያን ለራሱ እንዲያቀርብ ፈለገ፡፡»*

4. ጌታ ባሎች የእርሱ እጆች በመሆን በእግዚአብሔር ቃል የእርሱን ሚስት እንዲቀድሱና እንዲንከባከቡ ተናግሮአቸዋል፡፡ ይህ የሚፈፀመው በፀሎት፣ በጾም እና መጽሐፍ ቅዱስን በአንድነት በትዳራችን ውስጥ በተግባር በመተርጎም ነው፡፡ ደግሞም ለእርሱ ያለነቀፋና ቅዱስ የሆነችን ሚስት የማቅረብ ኃላፊነት የባል መሆኑን ተናግሮአል፡፡ ይህ ደግሞ ታላቅ ኃላፊነት ነው፡፡በልባቸው ደካሞች ለሆኑ አይደለም።

28-31 *«እንዲሁም ባሎች ደግሞ እንደገዛ ሥጋቸው አድርገው የገዛ ሚስቶቻቸውን ሊወዱአቸው ይገባቸዋል፡፡ የገዛ ሚስቱን የሚወድ ራሱን ይወዳል፤ ማንም የገዛ ሥጋውን የሚጠላ ከቶ የለምና ፥ ነገር ግን የአካሉ ብልቶች ስለሆንን፥ ክርስቶስ ደግሞ ለቤተ ክርስቲያን እንዳደረገላት፥ ይመግበዋል ይከባከበውማል፡፡ ስለዚህ ሰው አባቱንና እናቱን ይተዋል ከሚስቱም ጋር ይተባበራል ሁለቱም አንድ ሥጋ ይሆናሉ፡፡»*

5. እኛ የተሰራነው በጌታ እጅ ከአንድ ሥጋ መሆኑን እናውቃለን፡፡ የእግዚአብሔር ቃል ባሎች ሚስቶቻቸውን እንደገዛ ሥጋቸው አድርገው ይውደዱ ሲል ምን ማለቱ ነው? ባሎች ሚስቶቻቸውን በሁሉም አቅጣጫ አካላቸውን፣ ነፍሳቸውን እና መንፈሳቸውን ጨምሮ ሲንከባከቡ ምሳሌያቸው ክርስቶስ ነው፡፡ እኛ ከእርሱ ጋር አንድ ሥጋ እና መንፈስ ነን፣ እንዲሁም ከትዳር ጓደኛችን ጋር፡፡ ከዚህም የተነሳ አባትና እናታችንን ትተን እንጣመራለን፡፡ ደግሞም ይህ በክርስቶስና በቤተ ክርስቲያን መካከል ያለውን ግንኙነት ያሳያል፡፡

ተግባራዊ ምሳሌ፡- የትዳር ጓኛችንን መንከባከብ ማለት ከእርሷ ጋር ለመፀለይ ጊዜ መውሰድ ማለት ነው፡፡ ደግሞም በራሳችን የፀሎት ጊዜ ለሚስቶቻችን መንፈሳዊ ጥርነትን መዋጋት ማለትም ነው፡፡ ሰውነታችን እንዲያድግና እንክብካቤ እንዲያገኝ እንደምንመገብና የአካል እንቅስቃሴ እንደምናደርግ ሚስቶቻችንን ስለ መንከባከብ ስናስብ እግዚአብሔርን መውደዳችንን እርግጠኞች ልንሆን ይገባል፡፡ ከዚያም ሚስቶቻችንን በማንኛውም ሁኔታ ውስጥ የምንወድ እንሆናለን፡፡ እንደባሎች የእግዚአብሔርን ቃል ከሚስቶቻችሁ ጋር አንብቡ ወይም አንብቡላቸው፡፡ እንዲህ ስታደርጉ ከሚስቶቻችሁ ጋር ያላችሁን ግንኙነት ትገነባላችሁ፤ ደግሞም ከእግዚአብሔር ጋር የሚኖራ ችሁን የሁለታችሁንም ግንኙነት ትገነባላችሁ፡፡

ኤፌሶን 5፥32-33 *«ይህ ምሥጢር ታላቅ ነው፥ እኔ ግን ይህን ስለ ክርስቶስና ስለ ቤተ ክርስቲያን እላለሁ፡፡ ሆኖም ከእናንተ ደግሞ እያንዳንዱ የገዛ ሚስቱን እንዲህ እንደ ራሱ አድርጎ ይውደዳት፥ ሚስቱም ባልዋን ትፍራ፡፡»*

6. ይህ አባባል ትዳራችሁ ለእግዚአብሔር ምን ያህል አስፈላጊ እንደሆነ ማረጋገጫ ነው፡፡ ደግሞም ጋብቻን ለማፈራረስና ለማጥፋት ሰይጣን ብዙ ጊዜውን ተጠቅሞ ለምን እንደሚተጋ የሚያብራራ ነው፡፡ እርሱ የሚፈልገው እግዚአብሔራዊ ትዳር እንዳይገኝ በመታገል የክርስቶስን መልክ ከምድር ላይ ለማጥፋት ነው፡፡

7. በኤፌሶን 5 መጽሐፍ ቅዱስ ሚስቶች ለባሎቻቸው ራሳቸውን እንዲያስገዙ ይናገራል፡፡ በ፣ ጴጥሮስ እንደተገለጠው ባሎች ሚስቶቻቸውን የሚያከብሩ ከሆነ ሚስቶች ለባሎቻቸው የመገዛት ፍላጎታቸውን ቀላል ያደርግላቸዋል፡፡ በሌላ አባባል ባሎች ኢየሱስን በመምሰል የሚኖሩ ከሆነ ሚስቶች ለባሎቻቸው እንዴት መገዛት አይፈልጉም? ይህ እግዚአብሔራዊ መገዛት ነውና፡፡ በተጨማሪም የኤፌሶን መጽሐፍ ክርስቶስ የቤተ ክርስቲያን ራስ እንደሆነ፣ ሚስቱን (ቤተ ክርስቲያንን) እንደሚቀድሳት፣ በቃሉ ውኃ አጥቦ እንደሚያነጻት ባል ራስ ነው በማለት ይናገራል፡፡ የኤፌሶን መጽሐፍ «ማንም የገዛ ሥጋውን እንደማይጠላ ነገር ግን ክርስቶስ ለቤተ ክርስቲያን እንዳደረገው ይንከባከበዋል» ባልም የገዛ ሥጋውን እንደሚወድ ሚስቱን ይውደድ ይላል፡፡ የባልና ሚስት መጣመር እና አንድ ሥጋ መሆን እንዴት የተዋበ መሰጠት፣ መከባበር እና መዋደድ ነው፡፡ አንድ ሥጋ ሆኖ ማደግም ይኸው ነው፡፡

በሁለታችሁ መካከል አክብሮትንና መገዛትን በተመለከተ በልባችሁ የሚጉላላ ጉዳይ ካለ እግዚአብሔርን በፀሎት አሁኑኑ ጠይቁት፡፡

በአክብሮት ዙሪያ
ባል ______________________________

____

ሚስት ______________________________

____

በመገዛት ዙሪያ
ባል ______________________________

____

ሚስት ______________________________

____

እግዚአብሔር የትዳር ጓደኞችንን የሰራበትን መንገድ አለማክበር
ባል ______________________________

____

ሚስት ______________________________

____

አሁን አንዳችሁ ሌላችሁን በበደላችሁበት ነገር ይቅር ተባባሉ ደግሞም ቅያሜአችሁን ጌታ በደሙ እንዲሸፍ ንላችሁ ጠይቁት፡፡

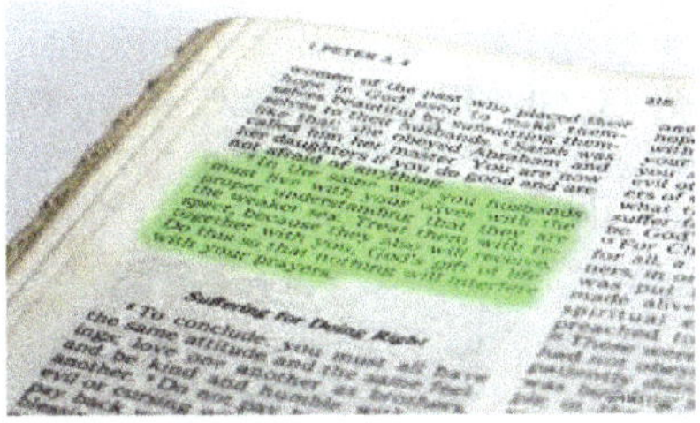

በ. የትዳር ጓደኛን ማክበር

1ጴጥሮስ 3፥7 *«እንዲሁም፥ እናንተ ባሎች ሆይ፥ ደካማ ፍጥረት ስለ ሆኑ ከሚስቶቻችሁ ጋር በማስተዋል አብራችሁ ኑሩ፤ ጸሎታችሁ እንዳይከለከል አብረው ደግሞ የሕይወትን ጸጋ እንደሚወርሱ አድርጋችሁ አክብሩ አቸው፡፡»*

1. የዚህ ቃል እያንዳንዱ መስመር በትዳራችን ሰላም ለማግኘት እጅግ ውድ እና አስፈላጊ ነው፡፡
   - ሀ. ይህ ቃል የሚናገረው ስለ «መረዳት» ነው፡፡ ይህም የአክብሮት ትልቁ ክፍል ነው፡፡ ሁሉም ሰው ከሌላው የተለየ ነው ስለሆነም የትዳር አጋራችንን ልብ ማወቅ ይገባናል፡፡ ጥልቅ የሆነ መንፈሳዊ ቁርኝት ያስፈልገናል፡፡ እዚህ ቦታ ላይ መግለፅ የፈለግነው በወሲብ ግንኙነት ስለ መዋሃዳችን አይደለም፡፡ መግለፅ የፈለግነው በእርስ በርሳችን ልቦች ስለመተያየት ነው፡፡ አንዳችን ሌላችንን እንዴት ማገልገል እንዳለብን ለማወቅ አንዳችን የሌላችንን የፍቅር ቋንቋ ማወቃችን ደግሞ አስፈላጊ ነገር ነው፡፡ የራሳችሁን የፍቅር ቋንቋ የማታውቁ ከሆነ ከኢንተርኔት የፍቅር ቋንቋ መመዘኛ በነጻ ማግኘት ትችላላችሁ፡፡

   - ለ. «ሚስቶቻችሁ ደካማ ፍጥረት ስለ ሆኑ አክብሩአቸው!» ማለት ወንድ በማንኛውም መንገድ የበላይ ነው ማለት አይደለም፡፡ ይሄ ማለት ወንድ የሴት ከለላ ነው ማለት ነው፡፡ ሚስትን ከመልካሟ ቻይና ጋር ማወዳደር ደስ ይለናል፡፡ እርሷ ደካማ አይደለችም ነገር ግን በዋጋ አትተመንም!

   - ሐ. «የሕይወትን ፀጋ አብሮ መውረስ» ከሚሸፍናችሁ የእግዚአብሔር ፀጋ የተነሳ አብራችሁ የማርጀት ዕድል አላችሁ፡፡

«ፀሎታችሁ እንዳይከለከል» ሁላችንም ፀሎታችን እንዲከለከል አንፈልግም ስለሆነም በ1ጴጥሮስ 3፥7 የተጻፈውን ቃልኪዳን መከተል ይኖርብናል፡፡

እግዚአብሔር አንዳችን ለሌላችን እንድንገዛ ጠይቆናል
1. እጅ በእጅ
2. ፊት ለፊት
3. መስጠትና ማካፈል
4. የማንሰውርና ግልፅ
5. አለመቀየም

ተ. ዋነኛ ነጥብ፦ አንዳችን ከሌላችን የምንጠብቀው ነገር ከሌለ በቀር ተቃውሞ አይከሰትም፡፡ ነገር ግን በእኛ ተቃውሞ አማካኝነት ጌታ በልብ የተሰወረውን ጉዳይ ወደ ግልፅ ለማምጣት ዕድል ያገኝበታል ወይም ይጠቀምበታል፡፡
ምሳሌ 25፥4 «ከብር ዝገትን አስወግድ፥ ፈጽሞም ይጠራል።»

ቸ. የፀሎት ሕይወታችሁ እያደገ ሲሄድ ጌታ ወደ ግልፅ ሊያወጣቸው የሚፈልጋቸውን የተሰወሩ ዋጋቢስ ነገሮች ያሳያችኋል፡፡ እርሱ ይፈውሳችኋል ያነጻችኋልም፡፡ በምንም ነገር አትፍረዱ፡፡ ይልቁንም ይቅር ተባባሉ፡፡ እርስ በርሳችሁ እና ከጌታ ጋር ተጠጋግታችሁ ግንኙነታችሁን አሳድጉ፡፡

ኀ. የሚያጋጥመንን ማንኛውንም ችግር በሕይወታችን የእግዚአብሔርን የሥራ እንቅስቃሴ የምናይበት ዕድል አድርገን መመልከት ያስፈልገናል፡፡ በርካታ ጥንዶች ተቃውሞ የሌለበትን ጉዞ የልብን ጉዳይ ቸል ለማለት ይጠቀሙበታል፡፡

1. በትዳራችን ውስጥ ዓላማ የምናገኝበት እና ወደ ፍጻሜ የምንደርስበት ብቸኛው መንገድ ለልብ ጉዳዮቻችን ምላሽ በመስጠት ነው፡፡
2. ጦርነት ከሌለ ድል የለም፡፡ እንደ አንድ ሆኖ አብሮ ለመፍሰስ በእግዚአብሔር ቃል እና በመንፈሱ ጊዜ መውሰድን ይጠይቃል፡፡
3. ለሕይወታችን የጋራ የሆነ ራዕይ ይኑረን፡፡ እግዚአብሔር ለእኛ ያለውን እንወቅ፡፡ ዕቅዱን መያዝ እና አለመልቀቅ፡፡
4. በመንፈሱ መፍሰስ ያስፈልገናል፡፡ እግዚአብሔር አብን እንዲረዳን መጠየቅ እንችላለን፡፡ ፊሊጲስዩስ 4፥13 ***«ኃይልን በሚሰጠኝ በክርስቶስ ሁሉን እችላለሁ።»***
5. አዳም ሔዋንን «ይህች አጥንት ከአጥንቴ ሥጋም ከሥጋዬ ናት» አለ፡፡ ደግሞም መጽሐፍ ቅዱስ በፊሊጲስዩስ 2፥5 ***«በክርስቶስ ኢየሱስ የነበረ ይህ አሳብ በእናንተ ዘንድ ደግሞ ይሁን።»*** ማለቱን እናስተውል፡፡ እኛ የክርስቶስ አእምሮ ካለን የትዳር አጋራችንን ልብ ማወቅ እንችላለን፡፡

በሁለታችሁ መካከል ምንም አይነት የልብ ጉዳይ ቢኖራችሁ አሁን የጌታን እርዳታ በፀሎት ጠይቁ፡፡

ባል ______________________________

____

____

ሚስት ______________________________

____

____

____

የተነጋገራችሁባቸውን ነገሮች ሁሉ በፀሎት ሸፍኑ፡፡ ብርቱ በሆነው በጌታ በኢየሱስ ክቡር ደም ፀልዩ፡፡

ነ. እንደ አንድ ሆኖ መሥራት
እናንተ የአለማት ፈጣሪ ለሆነው ጌታ ናችሁ የፈጠራችሁ እርሱ ነው ደግሞም እንድትሆኑት የፈጠረላችሁን ነገር ሁሉ በእናንተ ለመፈፀም ይችላል፡፡ እንዴት ነው የፈጠራችሁ?

እኛ ሦስት ክፍል ያለው ማንነት አለን፡፡

1. አካል - *ሥጋ*፣ ስጋዊ ሰውነታችን
2. ነፍስ - አእምሮ፣ ስሜቶቻችን፣
3. *መንፈስ* - በዳንበት ጊዜ እግዚአብሔር ያደሰው

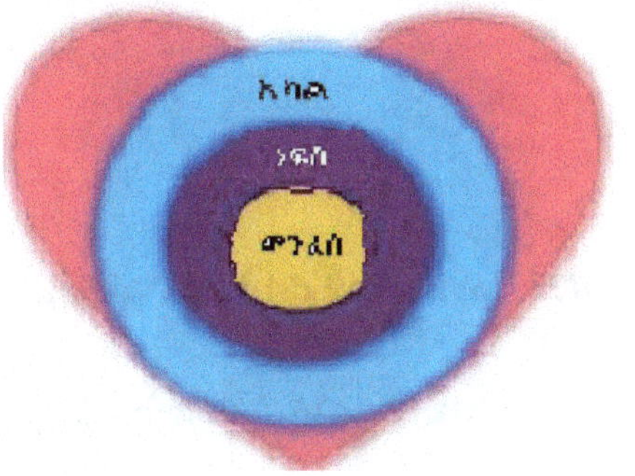

እግዚአብሔር እንዴት ነው የሠራችሁ? እግዚአብሔር የሠራችሁ በራሱ መልክ ነው ደግሞም ያቀዳችሁ መልኩን ወይም ማንነቱን በሚያከብር መንገድ ነው፡፡ አንድ - *ሥጋነታችን* እንዴት ነው የሚሠራው? በመልካም ሁኔታ የሚሠራው እኛ እያንዳንዳችን እንደ ግለሰብ ያለሥብራት እና ያለጉድለት ሙሉ በምንሆንበት ጊዜ ነው፡፡

በሂብሩ ቋንቋ ሻሎም ማለት «ሰላም» ማለት ነው፡፡ ሰላም የቃል ኪዳን ቃል ነው፤ በሂብሩ «ኮር» ማለት «የማይሰበር፣ የማይታጣ» ማለት ነው፡፡ ያሕዌ ሰላማችን ነው፡፡ ይሄኛው የያሕዌ ባሕሪ በመሳፍንት 6፥23-24 ለጌዲዎን ተገልጧል፡፡ ሐገሩን ሊወጉ ከመጡት ምድያማውያን ጋር በሚያደርገው ውጊያ እንደማይሞት ለጌዲዎን ነግሮታል፡፡ ጌድዎን ምንም እንኳ ወደ ጦርነት የሚሄድ ቢሆንም (ጥቂት ቁጥር ባላቸው ወንዶች ከጠላቶቻቸው ጋር አካላዊ ንክኪ በሌለበት እግዚአብሔር ለጌዲዎን ድልን ሰጠው ምክንያቱም ሰልፉ የያህዌ ነበረና ነው)፡፡ ለበለጠ መረዳት እንዲጠቅማችሁ የመሳፍንትን መጽሐፍ አንብቡ፡፡

በጠላቶቻችን ሁሉ ላይ ድል የሚያቀዳጀውን ሰላም ማወቅ የምንችለው በያህዌ ላይ እርግጠኞች ሆነን ስንተማመንበት ብቻ ነው፡፡ የእርሱ ሰላም ማረጋገጫ ያስፈልገናል፡፡ በትዳራችን ላይ የሚነሳውን የጠላትን ብርቱ ሰልፍ ለማሸነፍ እርግጠኛ መተማመኛ አለን፡፡

- በመዝሙር 139 ላይ እንደምንመለከተው እግዚአብሔር የሠራችሁ ራሳችሁን እንድትሆኑ አድርጎ ነው፡፡ የትዳር አጋራችሁንም ልክ እንደዚሁ ራሳቸውን እንዲሆኑ አድርጎ ነው የሠራቸው፡፡

- ሁላችንም የተለያየ ማንነት አለን ይህም ደግሞ መልካም ነው፡፡ በተለይም እንደ አንድ ሆነን በምንሠራበት ጊዜ አመለካከታችንን ሊያሰፋልን ይችላል፡፡ ነገር ግን «እኛ በጣም የተለያየን ነን ይህንን ማድረግ አንችልም!!!» ብላችሁ ምን ያህል ጊዜ ተናግራችኋል ወይም ሌላ ሰው ሲናገር ሰምታችኋል፡፡

እርስ በርስ መከባበር ቁልፍ ነገር ነው ይህንን እንድንረዳ 1ጴጥሮስ 3፥7 ያግዘናል፡፡ ነገር ግን በሕይወታችን ይህንን ለመተግበር እና ለማየት በመንፈስ ልንመላለስ ይገባናል፡፡

ማቴዎስ 6፥22 *«የሰውነት መብራት ዓይን ናት። ዓይንህ እንግዲህ ጤናማ ብትሆን፥ ሰውነትህ ሁሉ ብሩህ ይሆናል፤»* ስለዚህ እንደግለሰብ ነገሮችን በእግዚአብሔር መንገድ ስንመለከት በመንፈስ አንድ ወደ መሆን እንመጣለን፡፡

1ዮሐንስ 4፥17 «በፍርድ ቀን ድፍረት ይሆንልን ዘንድ ፍቅር በዚህ ከእኛ ጋር ተፈጽሞአል፤ እርሱ እንዳለ እኛ ደግሞ እንዲሁ በዚህ ዓለም ነንና።»

ሀ. የትዳር ጓደኛችሁን ልብ ማወቅ፡- የትዳር ጓደኛችሁን ልብ ለማወቅ ለራሳችሁ የእግዚአብሔርን ፍቅር ማወቅ ይኖርባችኋል፡፡ ይህም በእግዚአብሔር ፍቅር በኩል እያጣራችሁ የምትሰሙ ትሆናላችሁ፡፡ መንፈስ ቅዱስን የምትሰሙ ትሆናላችሁ፡፡

ለ. የትዳር ጓደኞቻችንን ለማወቅ ልባቸውን ማዳመጥ እና ስለ እነርሱ ራዕይ ማግኘት ያስፈልገናል፡፡ ደግሞም እግዚአብሔር ቢቃሉ ስለ ትዳር አጋሮቻችን ምን እንደሚናገር ማወቅና እርሱ እንደሚያያቸው ማየትም አስፈላጊ ነው፡፡ ሮሜ 10፥10፣ ዕብራውያን 11፥1

ሮሜ 10፥10
« ሰው በልቡ አምኖ ይጸድቃልና በአፉም መስክሮ ይድናልና። »

ዕብራውያን 11፥1
«እምነትም ተስፋ ስለምናደርገው ነገር የሚያስረግጥ፥ የማናየውንም ነገር የሚያስረዳ ነው። »

የትዳር አጋራችሁን በእግዚአብሔር አይን ማየት
2ቆሮንቶስ 4፥18
«***የማይታየውን እንጂ የሚታየውን ባንመለከት፥ ቀላል የሆነ የጊዜው መከራችን የክብርን የዘላለም ብዛት ከሁሉ መጠን ይልቅ ያደርግልናልና፤ የሚታየው የጊዜው ነውና፥ የማይታየው ግን የዘላለም ነው። »***

በዚህ ክፍለ ጊዜ እየተነጋገርንበት ወዳለው ጥልቅ የሆነ አንድነት ለመድረስ በአንድነት መፀለይ ይኖርብናል፡፡ (ወደ ኋላ ስለ ፀሎት የበለጠ እንነጋገራለን) በአንድነት ስንጓዝ እንባረካለን፡፡ አብረን ለቃሉ ጊዜ ሲኖረን አእምሮአችን ይታደሳል፡፡

የከበረ **ጊዜ** **በአንድነት** **ቁልፍ አንድ በአንድነት መንዝ**

= የአንድነትን ሚስጥር መግለጥ

የአብሮነት የፀሎት ጊዜ

የማረጋገጫ ቃል

ስለ አንድነት የሚጠኑ ጥቅሶች

ምሳሌ 16፥9፣ መዝሙር 23፥4፣ መዝሙር 31፥3፣ መዝሙር 32፥8፣ መዝሙር 48፥14፣ መዝሙር 73፥24፣ መዝሙር 107፥30፣ መዝሙር 139፥7-10፣ ኢሳይያስ 28፥26፣ ኢሳይያስ 28፥29፣ ኢሳይያስ 45፥13፣ ኢሳይያስ 49፥10፣ ኢሳይያስ 42፥16፣ ኢሳይያስ 57፥18፣ ኢሳይያስ 58፥11፣ ኢሳይያስ 58፥14፣ ኢሳይያስ 63፥14፣ ኤርሚያስ 31፥9፣ ራዕይ 7፥1 ቃሉ ለአንድነታችን በረከት ነው፡፡ በአንድነት ስናጠናው የበለጠ አስደሳች ነው፡፡

ባልና ሚስት አንድ ላይ ሆናችሁ ስለ አንድነት የሚናገረውን የእግዚአብሔር ቃል ማወቅ ለትዳራችሁ ምን ማለት እንደሆነ ጻፉ፡፡

አንዳችሁ ለሌላችሁ ሃሳብ ስጡ

***«ልባም ሴት ቤትዋን ትሰራለች»* ምሳሌ 14፥1**

***«ጻድቅ ሰው ለልጅ ልጆቹ ያወርሳል»* ምሳሌ 13፥22**

ማስታወሻ

ስብሮ ለማለፍ የሚያስችሉ 8 ቁልፎች

በጆ እና ስቴፋኒ ዴሞት

MISSIONARIES 2 MARRIAGES

<u>ቁልፍ ሁለት፡- ቃል ኪዳን</u>

ቃል ኪዳናችን

ሀ. ጋብቻ ቃልኪዳን ነው፡፡

1. የእግዚአብሔርን የተስፋ ቃል እና እርሱ ከእኛ ጋር የገባውን ቃል ኪዳን መረዳት በጣም አስፈላጊ ነው፡፡
2. ቃል ኪዳን የጋብቻ ጅማሬ ነው፡፡ በትክክልም መለኮታዊ ነው፡
3. ስለሆነም ቃል ኪዳን በትክክል ምን ማለት እንደሆነ የእግዚአብሔርን መገለጥ ማግኘት እጅግ በጣም አስፈላጊ ነው፡፡ እባካችሁ ቃል ኪዳንን ሕይወት የሚገኝበት የተጠበቀ ስፍራ አድርጋችሁ ተመልከቱት
4. በቃል ኪዳን ውስጥ ስትገኙ በፍቅር፣ በሕይወት እና በበረከት ውስጥ መሆን እና ማደግ ትችላላችሁ!!!
5. ራሳችሁን የምትሰጡ እንጂ ለእኔ ባዮች አትሁኑ፡፡ ለራሳችሁ የምትሞቱ ሁኑ፡፡ ራሳችሁን የምትክዱ እንጂ ለራሳችሁ የምትሟገቱ አትሁኑ፡፡

በእኛ ልምምድ ውስጥ አገልግሎታችንን እንደጀመርን ከቃል ኪዳን በፊት የበለጠ ልንነጋገርበት የሚገባ ጠቃሚ ነገር እንዳለ ተሰምቶን ነበር፡፡ ለምሳሌ፡- የበለጠ አስደሳች የሆኑ መንፈሳዊ ውጊያ እና ፈውስን የመሳሰሉ ነገሮች፡፡ እያደግን ስንመጣ በጣም እንደሳትን አይተናል፡፡ እግዚአብሔር በደህንነታችን ውስጥ ቃል ኪዳን መሠረታዊ ጉዳይ እንደነበር ሊያሳየን ጥሯል፡፡ ልክ እንደዚሁ ቃል ኪዳንን መረዳት ትዳራችንን ለመመስረት እጅግ በጣም ወሳኝነት ያለው ነገር ነው፡፡

መዝሙር 127፥1
«እግዚአብሔር ቤትን ካልሠራ፥ ሠራተኞች በከንቱ ይደክማሉ እግዚአብሔር ከተማን ካልጠበቀ፥ ጠባቂ በከንቱ ይተጋል። »

መንፈሳዊ ውጊያም እንኳ የሚመሠረተው ከእግዚአብሔር ጋር ባለን ቃል ኪዳን ላይ ነው፡፡ በክርስቶስ ኢየሱስ በኩል ከእግዚአብሔር ጋር ያለን ቃል ኪዳን በሕይወታችን በሁሉም አቅጣጫ ድል እንደምናገኝ ተስፋ የተቀበልንበት ኪዳን ነው፡፡ ለአካል፣ ለነፍስ እና ለመንፈሳችን ፈውስና ጥበቃ እንደምናገኝ ተስፋ ተሰጥቶናል፡፡
የእኛ ምስክርነት «መዋጀት» ከሚለው ጥራዛችን ከዌብ ሳይታችን ላይ ማግኘት ትችላላችሁ፡፡

ራዕይ 12፥11
«እነርሱም ከበጉ ደም የተነሣ ከምስክራቸውም ቃል የተነሣ ድል ነሡት፥ ነፍሳቸውንም እስከ ሞት ድረስ አልወደዱም። »

ኤርሚያስ 31፥31-34

«እነሆ፥ ከእስራኤል ቤትና ከይሁዳ ቤት ጋር አዲስ ቃል ኪዳን የምገባበት ወራት ይመጣል፥ ይላል እግዚአብሔር ከግብጽ አገር አወጣቸው ዘንድ እጃቸውን በያዝሁበት ቀን ከአባቶቻቸው ጋር እንደ ገባሁት ያለ ቃል ኪዳን አይደለም እነርሱ በኪዳኔ አልጸኑምና፥ እኔም ቸል አልኋቸው፥ ይላል እግዚአብሔር፡- ከእነዚህ ወራት በኋላ ከእስራኤል ቤት ጋር የምገባው ቃል ኪዳን ይህ ነውና፥ ይላል እግዚአብሔር ሕጌን በልቡናቸው አኖራለሁ፥ በልባቸውም እጽፈዋለሁ እኔም አምላክ እሆናቸዋለሁ እነርሱም ህዝብ ይሆኑኛል፡፡ እያንዳንዱ ሰው ባልንጀራውን፥ እያንዳንዱም ወንድሙን፡- እግዚአብሔርን እወቅ ብሎ አያስተምርም ከታናሹ ጀምሮ እስከ ታላቁ ድረስ ሁሉ ያውቁኛልና፥ ይላል እግዚአብሔር፡- በደላቸውን እምራቸዋለሁና፥ ኃጢአታቸውንም ከእንግዲህ ወዲህ አላስብምና፡፡ »

ኤርሚያስ 32፥38-41

«እነርሱም ሕዝብ ይሆኑልኛል እኔም አምላክ እሆናቸዋለሁ፡፡ ለእነርሱም ከእነርሱም በኋላ ለልጆቻቸው መልካም ይሆንላቸው ዘንድ ለዘላለም እንዲፈሩኝ አንድ ልብና አንድ መንገድ እሰጣቸዋለሁ፡፡ ለእነርሱም ከማደርገው በጎነት አልመለስም ስለ፥ ከእነርሱ ጋር የዘላለምን ቃል ኪዳን እገባለሁ ከእኔም ዘንድ ፈቀቅ እንዳይሉ መፈራቴን በልባቸው ውስጥ አኖራለሁ፡፡ ለእነርሱም መልካምን በማድረግ ደስ ይለኛል በእውነትም በፍጹም ልቤና በፍጹም ነፍሴ በዚህች ምድር እተክላቸዋለሁ፡፡»

መዝሙር 91፥1-16

«በልዑል መጠጊያ የሚኖር ሁሉን በሚችል አምላክ ጥላ ውስጥ ያድራል፡፡ እግዚአብሔርን፡- አንተ መታመኛዬ ነህ እለዋለሁ አምላኬና መሸሸጊያዬ ነው፥ በእርሱም እታመናለሁ፡፡ እርሱ ከአዳኝ ወጥመድ ከሚያስደነግጥም ነገር ያድንሃልና፡፡ በላባዎቹ ይጋርድሃል፥ በክንፎቹም በታች ትተማመናለህ እውነት እንደ ጋሻ ይከብብሃል፡፡ ከሌሊት ግርማ፥ በቀን ከሚበርር ፍላጻ፥ በጨለማ ከሚሄድ ክፉ ነገር፥ ከአደጋና ከቀትር ጋኔን አትፈራም፡፡ በአጠገብህ ሺህ በቀኝህም አሥር ሺህ ይወድቃሉ ወደ አንተ ግን አይቀርብም፣፣ በዓይኖችህ ብቻ ትመለከታለህ፥ የኃጥአንንም ብድራት ታያለህ፡፡ አቤቱ፥ አንተ ተስፋዬ ነህና ልዑልን መጠጊያህ አደረግህ፡፡ ክፉ ነገር ወደ አንተ አይቀርብም፥ መቅሠፍትም ወደ ቤትህ አይገባም፡፡ በመንገድህ ሁሉ ይጠብቁህ ዘንድ መላእክቱን ስለ አንተ ያዝቸዋልና እግርህም በድንጋይ እንዳትሰናከል በእጆቻቸው ያነሡሃል፡፡ በተኩላና በእባብ ላይ ትጫማለህ አንበሳውንና ዘንዶውን ትረግጣለህ፡፡ በእኔ ተማምኗልና አስጥለዋለሁ ስሜንም አውቆአልና አድነዋለሁ አከብረውማለሁ፡፡ ረጅምን ዕድሜ አጠግበዋለሁ፥ ማዳኔንም አሳየዋለሁ፡፡ »

ከልምዳችን፡- በትዳራችን መፈውስ ውስጥ ያስተዋልነው ነገር የእግዚአብሔርን እውነት እና ቃል ኪዳናችንን መጨበጥ እንደሚያስፈልገን ነው፡፡ ከዚያም አንዳችን ለሌላችን ተጠያቂ በመሆን መያያዝ ችለናል፡፡ እግዚአብሔር በቃል ኪዳኑ ለእኛ የሠጠውን ተስፋ በመጠባበቅ ድል እናያለን፡፡ የተስፋ ቃሉ ቅርሳችን ነው፡፡ እግዚአብሔር ለእኛ እኛም ለእርሱ በልጁ በኢየሱስ በኩል ቃል ኪዳን ተጋብተናል፡፡ እኛም እንደ ባልና ሚስት ቃል ኪዳን በምንገባበት ጊዜ የሚሆነው ልክ እንደዚሁ ነው፡፡ ከጀርባው የእግዚአብሔር ኃይል እና ቃል ኪዳኑ ያሉበት መንፈሳዊ ክንዋኔም ነው እንጂ ታስሮ የሚቀመጥ ሕጋዊ የፊርማ ሰነድ ብቻ አይደለም፡፡

ለ. እግዚአብሔር ከሰው ጋር ካደረጋቸው ቃል ኪዳኖች ውስጥ ጥቂቶቹ እነዚህ ናቸው፡-

የዔደን ገነት ቃል ኪዳን

- የዔደን ገነቱ ቃል ኪዳን፡- በቅድመ ሁኔታ ላይ የተመሠረተ ነበር፡፡ ይህ ኪዳን አዳምና ሔዋን በዔደን ገነት የሰሩትን ኃጢአት ተከትሎ በመጣው ውጤት የተፈፀመ ኪዳን ነው፡፡ እግዚአብሔር በረከትና መርገም በሰዎች ታማኝነት ላይ እንደሚመሠረት በዔደን ገነት ለአዳም አስቀድሞ ቃል ገብቶለት ነበር፡፡ ነገር ግን አዳምና ሔዋን ባለመታዘዝ መልካምና ክፉን ከምታስታውቀዋ ዛፍ ፍሬ በሉ፡፡ ውጤቱም ለሰው ልጆች ሁሉ የጥፋትና የውድቀት ምክንያት ሆነ፡፡ ኃጢአት በማድረጋቸውም የዔደን ገነቱን ቃል ኪዳን ሰበሩ፡፡ ከዚህም የተነሳ የሰው ልጅ ዕጣ ፈንታ በመንፈሳዊና አካላዊ ሞት ውስጥ መውደቅ ሆነ፡፡ **(ዘፍጥረት 1፥26-31፤ 2፥16-17)**

የአዳም ቃል ኪዳን

- ለአዳም የተገባው ቃል ኪዳን፡- ቅድመ ሁኔታን የማይጠይቅ ነው፡፡ በዚህ ቃል ኪዳን ውስጥ የተሳተፉት እግዚአብሔር እና አዳም ብቻ ነበሩ፡፡ አዳም የሰውን ልጆች ሁሉ የሚወክል ነበር፡፡ ይህም ማለት የዔደኑን ቃል ኪዳን የመስበሩ ውጤት ዛሬም በሰው ልጆች መካከል ተፈጻሚነት አለው ማለት ነው፡፡ እግዚአብሔር በኃጢአቱ ምክንያት ምን አይነት አስቸጋሪ ሁኔታ በሕይወቱ እንደሚጠብቀው ለአዳም አስቀድሞ ነግሮታል፡፡ ይህ ቃል ኪዳን ሰውን ከኃጢአት ውጤት ሊታደግ የሚመጣውን የሚዋጀንን (ኢየሱስ ክርስቶስን) የሚያጠቃልል ነው፡፡ **(ዘፍጥረት 3፥14-19)**

የኖህ ቃል ኪዳን

- የኖህ ቃል ኪዳን፡- ከጥፋት ውኃ በኋላ እግዚአብሔር ከኖህ እና ከልጆቹ ጋር ያደረገው ቅድመ ሁኔታን የማይጠይቅ ኪዳን ነው፡፡ አስቀድሞ እግዚአብሔር ለአዳም ቃል ኪዳን ሲገባለት አዳም የሰውን ልጆች ሁሉ ወክሎ እንደነበር ሁሉ ኖህም ይህንን ቃል ኪዳን የተቀበለው የሰውን ልጆች ሁሉ ወክሎ ነው፡፡ በዚያን ቀን እግዚአብሔር ቀስተ ደመናን ፈጥሮ በሰማይ ላይ እንዲታይ በማድረግ ለኖህ፣ እንደሁም ለሰው ልጆች ሁሉ ዳግመኛ ምድርን እና ፍጥረታቱን ሁሉ በውኃ እንደማያጠፋ ቃል ለመግባት ተጠቀመበት፡፡ **(ዘፍጥረት 8ና9፥ 1-27)**

የአብርሃም ቃል ኪዳን

- የአብርሃም ቃል ኪዳን፡- አብርሃም የብዙ አሕዛብ አባት እንደሚሆን እግዚአብሔር ተስፋ የሰጠበት በቅድመ ሁኔታ ላይ ያልተመሠረተ ኪዳን ነው፡፡ በተጨማሪም የአብርሃም ኪዳን የብልጥግና፣ የበረከት እና ከእግዚአብሔር ጋር የወዳጅነት ተስፋ ያለበት ኪዳን ነው፡፡ ከአብርሃም የአይሁድ ሕዝቦች መጡ፡፤ የቃል ኪዳኑ ተሳታፊ ለመሆን የሚጠይቀውና ልዩ ምልክቱ ግርዘት ነው፡፡ **(ዘፍጥረት 12፥1-4፤ 13፥14-17፤ 15፥1-7፤ 17፥1-8)**

የሙሴ ቃል ኪዳን

- የሙሴ ቃል ኪዳን፡- በቅድመ ሁኔታ ላይ የተመሠረተ በእግዚአብሔር እና በሙሴ መካከል የተደረገ ኪዳን ነው፡፡ ይህ ኪዳን እግዚአብሔር እስራኤላውያን እንዲተዳደሩበት እና ፍቃዱን እንዲያውቁበት የሰጣቸውን ትእዛዛት ያካተተ ነው፡፡ የክርስቲያናዊ ሥነ መለኮት በሙሴ ኪዳን የተሰጡ ትእዛዛቱ፣ ሕጉና ፍርዱ «የአዲስ ኪዳን» ጅማሬ የሆነው ኢየሱስ ለሰው ልጆች ኃጢአት በመስቀል ላይ በሞተ ጊዜ መፈፀማቸውን ያረጋግጥልናል፡፡ **(ዘጸአት 20፥1 – 31፥18)**

የ«እስራኤል» ምድር ቃል ኪዳን

- የምድር ቃል ኪዳን፡- ይህ ኪዳን እግዚአብሔር የራሳቸውን ምድር እንደሚሰጣቸው ለእስራኤላውያን ተስፋ የሰጠበት በሁኔታዎች ላይ ያልተመሠረተ ኪዳን ነው፡፡ በተጨማሪም ይህ ቃል ኪዳን ምድሪቱን በሰጣቸው ጊዜ ጠላቶቻቸውን እንደሚያጠፋላቸው እና እነርሱም እንደ አንድ ሰው ሆነው እንደገና እግዚአብሔርን እንደሚያገለግሉት የተነገረላቸውን ተስፋ የሚያካትት ነው፡፡
  (ዘዳግም 8፥20፣ 11፥13፣ 28፥1-2፣ 28፥15፣ 30፥1-20)

የዳዊት ቃል ኪዳን

- የዳዊት ቃል ኪዳን፡- ይህ ኪዳን ከዘሩ ንግሥና እንደማይወሰድ ለዘላለም በዘሩ እንደሚቀጥል እግዚአብሔር ያለምንም ቅድመ ሁኔታ ለዳዊት የገባው ኪዳን ነው፡፡ የዳዊት ኪዳን መካከለኛ ትኩረት በሦስት ዋነኛ ክፍሎች ላይ ነው፡፡ 1) ዘላለማዊ ዙፋን፡፡ 2) ዘላለማዊ ንጉሥ፡፡ 3) ዘላለማዊ መንግሥት፡፡ ክርስትና ብዙ ትውልዶችን አልፎ ኢየሱስ ክርስቶስ ከዳዊት የዘር ሐረግ መምጣቱን አቅርቦ ያሳያል፡፡

(2ሳሙኤል 7፥4-16፣ 1ዜና 17፥3-15፣ ት. ኤርሚያስ 32፥21፣ ት. ዳንኤል 7፥14)

አዲሱ ቃል ኪዳን

- አዲሱ ቃል ኪዳን፡- በብሉይ ኪዳን ውስጥ ብዙ ጊዜ የሚነሳው ወደ ፊት ስለሚመጣው መሲህ ከተነገረው የተስፋ ቃል ጋር ተያይዞ ነው፡፡ አዲሱን ኪዳን የመሰረተው ኢየሱስ ክርስቶስ የሚጠበቀው መሲህ ነው፡፡ ይህ ቅድመ ሁኔታ የማይጠይቅ ኪዳን የተመሰረተው በእግዚአብሔር እና ለዘላለማዊ ደህንነት አዲስ ምንጭ ለሆነው ለኢየሱስ ክርስቶስ በመታዘዝ ተሳታፊ መሆንን በመረጡ የሰው ልጆች ሁሉ መካከል ነው፡፡ ይህ ኪዳን ከሚያካትታቸው ነገሮች አንዱ በሙሴ ኪዳን ከተሰጠው የሕግ ቅጣት ነጻ መውጣት ነው፡፡

(ት. ኤርሚያስ 31፥31-40፣ ዕብራውያን 5፥9፣ ሮሜ 5፥12-14)

የትዳራችን ኪዳን የደም ቃል ኪዳን ነው

ዕብራውያን 9፥22

«እንደ ሕጉም ከጥቂቶች በቀር ነገር ሁሉ በደም ይነጻል፥ ደምም ሳይፈስ ስርየት የለም።»

ዘሌዋውያን 17፥11

«የሥጋ ሕይወት በደሙ ውስጥ ነውና ደሙም ከሕይወቱ የተነሣ ያስተሰርያልና በመሠዊያው ላይ ለነፍሳችሁ ማስተሰረያ ይሆን ዘንድ እኔ ለእናንተ ሰጠሁት።»

ዘዳግም 7፥9

«አንተም አምላክህ እግዚአብሔር እርሱ አምላክ እንደ ሆነ፥ ለሚወድዱትም ትእዛዙንም ለሚጠብቁ ቃል ኪዳኑንና ምሕረቱን እስከ ሺህ ትውልድ ድረስ የሚጠብቅ የታመነ አምላክ እንደ ሆነ እወቅ»

ሚልክያስ 2፥14-16

«እናንተም። ስለ ምንድር ነው? ብላችኋል። ሚስትህ ባልንጀራህና የቃል ኪዳንህ ሚስት ሆና ሳለች እርስዋን አታልለሃታልና እግዚአብሔር በአንተና በልጅነት ሚስትህ መካከል ምስክር ስለ ሆነ ነው። እግዚአብሔር የሕይወትን መንፈስ አንድ አድርጎ ጠብቆልን የለምን? እርሱም የሚፈልገው ምንድር ነው? ዘር አይደለምን? ስለዚህ መንፈሳችሁን ጠብቁ፥ ማንም የልጅነት ሚስቱን አያታልል። መፋታትን እጠላለሁ፥ ይላል የእስራኤል አምላክ እግዚአብሔር፥ ልብሱንም በግፍ ሥራ የሚከድነውን ሰው እጠላለሁ፥ ይላል የሠራዊት ጌታ እግዚአብሔር ስለዚህ እንዳታታልሉ መንፈሳችሁን ጠብቁ።»

ሐ. ትዳራችን በእግዚአብሔር አገላለፅ ቃል ኪዳን መሆኑን ከላይ ባየናቸው ጥቅሶች ውስጥ በግልፅ እናያለን፡፡

አብዛኛዎቹ ክርስቲያኖች ትዳራቸው ቃል ኪዳን እንደሆነ ይገነዘባሉ፡፡ ጥቂቶች ቃል ኪዳናቸውን አንደኛው ወገን ወይም ሁለቱም ስምምነታቸውን ባይጠብቁ ሊፈርስ ከሚችለው ከሕጋዊ ስምምነት ወይም ከሚፈርሙት የኮንትራት ውል ጋር ያደባልቁታል፡፡

ቃል ኪዳን ለእግዚአብሔር ተስፋ እና ለእርስ በርሳችን የምናደርገው መለኮታዊ መስጠት ነው፡፡

በምናገባበት ጊዜ የቃል ኪዳንን ምንነት የተረዳን መሆናችንን በሚገልጥ መንገድ ቃል እንገባለን፡፡ ሞት እስኪለየን ድረስ ለቃል ኪዳናችን ታማኞች ለመሆን አንዳችን ለሌላችን ተስፋ እንሰጣለን፡፡ አንዳንድ ሰዎች ጉዳትን፣ ዝሙትን እና መገለልን አስመልክቶ አንዳቸው ሌላቸውን ለመመዘን ሲሉ ቃል ኪዳን ይገባሉ፡፡ እነዚህ ሰዎች ብዙ ጊዜ ለእርዳታ እውነተኛውን ድምፅ ይፈልጋሉ፡፡ አብዛኛውን ጊዜ ስለ ትዳራቸው ቃል ኪዳን ሙሉውን እውነት አይናገሩም፡፡ ስብራት ባለበት ሁኔታም ውስጥ እንኳ በኪዳን ውስጥ ያለውን ኃይል አያውቁም፡፡ እውነቱ ግን ይሄ ነው፡- እግዚአብሔር የቃል ኪዳን አካል ነው ደግሞም ቃል ኪዳንን አይተውም አይረሳም፡፡

መ. በማንኛውም ቃል ኪዳን ውስጥ ተመሳሳይ ሃሳብ አለ፡፡ በሰው ልጅ ታሪክ ውስጥ ማንኛውም ኪዳን ቢያንስ ሁለት ተሳታፊዎች እንዲኖሩት እግዚአብሔር አቅዷል፡፡

በጋብቻ ቃል ኪዳን ውስጥ ከሁለት የሚበልጡ ተሳታፊዎች እንዳሉ እናያለን፡፡ ነገር ግን ብዙ ጊዜ በሻካራ ነገሮች ውስጥ ስናልፍ ሦስተኛውን ተሳታፊ እንረሳዋለን፤ እግዚአብሔርን፡፡

ባል ለሚስቱ ሚስትም ለባሏ አንዳችን ለሌላችን የምንሰጠው ተስፋ እጅግ አስፈላጊ ነው፡፡ ሆኖም ከሦስተኛው ተሳታፊ ከእግዚአብሔር ውጪ በትዳራችን ብዙ ሳንርቅ እንወድቃለን፡፡

ይህ ሦስተኛው ተሳታፊ እግዚአብሔር የተቋሙ ደጋፊ ነው፡፡ እርሱ የትዳር ፈጣሪ ሆኖ ተገልጦአል፡፡ እግዚአብሔር አብ በትዳር ተሳታፊዎች ሦስቱ ጎኖች ውስጥ እጅግ በጣም አስፈላጊ ነው፡፡ ቃል ኪዳናቸው እንዲቀጥል ባልና ሚስት ለእግዚአብሔር የሚገቡት ቃል ቁልፍ ነገር ነው፡፡ ቃል ኪዳን እስከ ሕይወት ፍጻሜ የሚዘልቅ መለኮታዊ ሕግ ነው፡፡

መክብብ 4፥9-12

«ድካማቸው መልካም ዋጋ አለውና አንድ ብቻ ከመሆን ሁለት መሆን ይሻላል፡፡ ቢወድቁ አንዱ ሁለተኛውን ያነሳዋልና አንዱ ብቻውን ሆኖ በወደቀ ጊዜ ግን የሚያነሳው ሁተኛ የለውምና ወዮለት፡፡ ሁለቱም በአንድነት ቢተኙ ይሞቃቸዋል አንድ ብቻውን ግን እንዴት ይሞቀዋል? አንዱም አንዱን ቢያሸንፍ ሁለቱ በፊቱ ይቆማሉ በሦስትም የተገመደ ገመድ ፈጥኖ አይበጠስም፡፡»

ሠ. ጋብቻ በብሉይ ኪዳን ውስጥ ከነበሩት ሌሎች ኪዳኖች ጋር ተመሳሳይ ነው፡፡ ሰዎች ቢፈልጉትም ባይፈልጉትም ሁሉም ኪዳኖች እግዚአብሔርን ያካተቱ ናቸው፡፡ ለምሳሌ፡- ጋብቻ በእግዚአብሔር የተመሠረተ ኪዳን በመሆኑ በቃል ኪዳናችሁ ውስጥ እርሱን ባታካትቱ ወይም ሠርጋችሁ ኃይማኖታዊ ሥርዓት ባይሆንም ወዲያውኑ ጋብቻችሁ እርሱን የሚያካትት ይሆናል፡፡ ምክንያቱም ጋብቻ የእግዚአብሔር ሃሳብ እና ዕቅድ ነው፡፡ እርሱ የተጋበዘ እንግዳ ቢሆንም ባይሆንም የትዳራችን ምስክር ነው፡፡

ረ. ወደ ጋብቻ በምንገባበት ጊዜ የምናደርገው ኪዳን የደም ቃል ኪዳን ነው፡፡

1. ይህ ቅዱስ ቁርባንን ከመውሰድ ጋር ይመሳሰላል፡፡ የምንወስደው የክርስቶስን ሥጋና ደም ክፍል ነው፡፡

2. እርሱነቱን ሁሉ ተቀብልን የእኛ የሆነውን ሁሉ ለእርሱ ሰጠን፡፡ በተመሳሳይ መንገድ ከትዳር ጓደኞችንም ጋር ይህንን እናደርጋለን፡- እኛነታችንን ሁሉ እንሰጣለን፣ ያላቸውን ሁሉ እንቀበላለን ደግሞም «ሞት እስኪለየን ድረስ ድርሻችንን እንወጣልን» በማለት ቃል እንገባለን፡፡

3. አንድ ለመሆን ስንል ሁሉን አሳልፈን እንሰጣለን፡፡ ለትዳር ጓደኞችን ተጋላጭ ለመሆን እና እነርሱን ለመከለል የራሳችንን መብት እና ከለላ እንተዋለን፡፡

ሦስቱ የጋብቻ ቃል ኪዳን ተሳታፊዎች

ሰ. ከዚህ በላይ የተገለጠው ስዕል እንደሚያሳየን ባል ወይም ሚስት ከሦስትዮሹ ጎን ርቀው ቢሄዱ ቃል ኪዳኑ በእግዚአብሔር እና በቀረው ሰው በባል ወይም በሚስት መካከል ይቀጥላል፡፡

1. ራሳችሁን ከእግዚአብሔር ለመለየት ትሞክሩ ይሆናል ነገር ግን እግዚአብሔር ፈፅሞ ራሱን ከእናንተ አይለይም፡፡
2. በመጽሐፍ ቅዱስ ውስጥ ከመጀመሪያ እስከ መጨረሻ ድረስ ስንመለከት እግዚአብሔር ለእኛ የገባው ኪዳን ፈፅሞ እንደማይተወን የሚያረጋግጥ ኪዳን ነው፡፡ ልክ እንደዚሁ እግዚአብሔር የምንገባውን ኪዳን በተለይም የጋብቻ ኪዳናችንን እንድንጠብቀው ይፈልጋል፡፡

ት. ኢሳይያስ 54፥10
«ተራሮች ይፈልሳሉ፥ ኮረብቶችም ይወገዳሉ ቸርነቴ ግን ከአንቺ ዘንድ አይፈልስም የሰላሜም ቃል ኪዳን አይወገድም፥ ይላል መሐሪሽ እግዚአብሔር»

መክብብ 5፥4-5
«ስእለትህን ለእግዚአብሔር ስትሳል ትፈጽመው ዘንድ አትዘግይ፤ በሰነፎች ደስ አያሰኙትምና የተሳልኸውን ፈጽመው፡፡ ተስለህ የማትፈጽም ብትሆን ባትሳል ይሻላል፡፡»

የጨው ቃል ኪዳን እና ጋብቻ

ዘሌዋውያን 2፥13
«የምታቀርበውን የእህል ቍርባን ሁሉ በጨው ታጣፍጠዋለህ የአምላክህንም ቃል ኪዳን ጨው ከእህል ቍርባንህ አታጐድልም በቍርባንህ ሁሉ ላይ ጨው ታቀርባለህ።»

ዘኍልቁ 18፥19
«የእስራኤል ልጆች ከተቀደሰው ነገር ሁሉ አንሥተው ለእግዚአብሔር ያቀረቡትን ለአንተ ከአንተም ጋር ለወንዶችና ለሴቶች ልጆችህ ድርሻ እንዲሆን ለዘላለም ሰጥቼሃለሁ በእግዚአብሔር ፊት ለአንተ ከአንተም ጋር ለዘርህ የጨው ቃል ኪዳን ለዘላለም ነው።»

ማርቆስ 9፥49-50
«ሰው ሁሉ በእሳት ይቀመማልና፥ መሥዋዕትም ሁሉ በጨው ይቀመማል፡፡ ጨው መልካም ነው፤ ጨው ግን አልጫ ቢሆን በምን ታጣፍጡታላችሁ? በነፍሳችሁ ጨው ይኑርባችሁ፥ እርስ በርሳችሁም ተስማሙ፡፡»

እንደ ባል እና ሚስት የሚደረግ በዓል

ጨው ለሕይወት አስፈላጊ ነው፤ በስምምነት ውስጥ ወይም ስምምነቶችን በማስተሳሰር ውስጥ ሲገባ ደግሞ የተለየ ጥቅም አለው፡፡ በቀደመው የአባቶቻችን ዘመን ውሎችንና ስምምነቶችን በሕዝብ ፊት ለማፅናትና ሕጋዊነታቸውን በማህተም ለማረጋገጥ የጨው ቃል ኪዳንን ይጠቀሙ ነበር፡፡ በተጨማሪም የጋብቻን ስምምነት ወደ ፍጻሜ ለማምጣት እና ለማተም ይጠቀሙበት ነበር፡፡ የጋብቻን ስምምነት ወደ ፍጻሜ ለማምጣት ሁለቱ ተጋቢዎች በየግላቸው የየራሳቸውን ጨው በእቃ ይዘው ይመጡ ነበር፡፡ ከዚያም ለየብቻ ያመጡትን ጨው በአዲስ እቃ አንድ ላይ በማድረግ በአንድ ላይ መጣመራቸውን ያሳዩ ነበር፡፡ የጨው ቃል ኪዳን የጽሑፍ ፊርማን ተከተው የሚሠሩ ማረጋገጫዎችም ነበሩ፡፡ በጋብቻና ሌሎች ዋጋ ያላቸው ስምምነቶች ከሁለቱም ወገን መጥቶ በአዲሱ ዕቃ የተጨመረው ጨው በአዲሱ የሙሽሮች ቤት ውስጥ ለቃል ኪዳናቸው ህጋዊነት፣ ድጋፍና ዕውቅና ለመስጠት፣ ለመታሰቢያነትም ይቀመጥ ነበር፡፡ የአዲሱ ጨው ቃል ኪዳን መታየት አንድ አዲስ ነገር የመፈፀሙ ምልክት ነበር፤ በአካባቢው ሕብረተሰብ ዘንድ ሁለቱ ከእንግዲህ በኋላ ተነጣጥለው ሳይሆን እንደ አንድ ይታያሉ፡፡ ጋብቻን አስመልክቶ የሚደረገው የጨው ቃል ኪዳን የሚከናወነው ማሕበረሰቡ እየተደረገ ላለው አዲስ ነገር ምስክር በሚሆንበት መንገድ በሕዝብ ፊት ነበር፡፡ በሕዝብ ፊት የሚደረገው በዓል ለእውነተኛነቱ ማረጋገጫ በመስጠት የአካባቢው ሰው አዲስ በተመሠረተው ትዳር ውስጥ ተሳታፊና ድጋፍ ሰጪ እንዲሆን ያደርጋል፡፡ ጨው የተለመደና ለሕይወት አስፈላጊ ነገር ነው፡፡ ጨው አንድን ነገር ሳይበላሽ ለመጠበቅ እንደሚያገለግል ሁሉ የጋብቻን ዘላቂነት ለመወከልም ጥቅም ላይ ይውል ነበር፡፡ ጨው ለሕይወት አስፈላጊ እንደሆነ ሁሉ ተጋቢዎች እያንዳንዳቸው በጣም የተለመደ፣ የየቀኑ ሕይወታቸውን (መልካሙንና መልካም ያልሆነውን) ሁሉ ከሌላው ሰው ሕይወት ጋር ለማጣመር ይዘው ይመጡ ነበር፡፡ ጥንካሬአቸውንና ድካማቸውን፣ ተስፋቸውን፣ ሕልማቸውን እና ጠንካራ ፍላጎታቸውን ሁሉ በአንድ አዲስ ሕይወት ውስጥ ያዋህዱታል፡፡ ሁለቱም ወገኖች በየራሳቸው እቃ ያመጡትን ጨው በአዲሱ እቃ ውስጥ ካደባለቁ በኋላ የአካባቢው ባለሥልጣን አዲሱን እቃ በመውሰድ ሙሉ በሙሉ ሰው በሚያየው መንገድ ይነቀንቀዋል፡፡ ይህ ተነቅንቆ የተደባለቀ የሁለቱ ወገኖች የጋራ ጨው የሥምምነቱን መጠናቀቅ ያመለክታል። አንድ ጊዜ የጋራ ነገሮቻቸው ከተደባለቁ በኋላ ጋብቻው ወይም ሥምምነቱ መፍረስ የሚችለው ተጋቢዎቹ እያንደንዱን ነገሮቻቸውን ወደ ቀድሞ የተናጠል ጨው መያዣ ዕቃዎቻቸው መመለስ የሚችሉ ከሆነ ብቻ መሆኑን ይረዳሉ፡፡ ይህ መሆን ካልቻለ ግን ቃል ኪዳኑ ሊፈርስ አይችልም። ሌላው የጨው ኪዳን ባህል ሙሽሪትና ሙሽራው የየራሳቸውን አመልካች ጣት በውሃ ውስጥ ይነክራሉ ከዛም በረጠበው ጣታቸው ጥቂት ጨው ያጠቅሱና አንዱ በሌላው ምላስ ላይ የጨውን ጠብታ ከማስቀመጣቸው በፊት እንደዚህ በማለት ቃል ይገባሉ፡- «በጌታዬ በኢየሱስ ክርስቶስ ስም ለ (ባሌ/ለሚስቴ) የገባሁትን ቃል ሁሉ ለማድረግ እስማማለሁ ስለዚህም እግዚአብሔር ሆይ ይርዳኝ»፡፡

2ዜና 13፥5
«የእስራኤል አምላክ እግዚአብሔር በእስራኤል ላይ መንግሥትን ለዳዊትና ለልጆቹ በጨው ቃል ኪዳን ለዘላለም እንደ ሰጠ በውኑ አታውቁምን?»

ጨው ለእኛ ብቻ ሳይሆን ለእስራኤላውያንም የበለጠ አስፈላጊ ነበር፡፡ ምግብ ለማጣፈጥ ብቻ ሳይሆን ሥጋን ከብልሽት ለመጠበቅ ይጠቀሙበት ነበር፡፡ ደግሞም አይሁዶች በኃይማኖታዊ አገልግሎት ውስጥ የተለያዩ መስዋዕቶቻቸውን በመሰዊያው ላይ ለማቅረብ ጨምረው ይጠቀሙበት ነበር፡፡

ለያህዌ የሚቀርበው መስዋዕት ለዘላለም ቋሚ የሆነ፣ «በያህዌ ፊት ለዘላለም የጨው ቃል ኪዳን ነው»

ዘኁልቁ 18፥19
«የእስራኤል ልጆች ከተቀደሰው ነገር ሁሉ አንሥተው ለእግዚአብሔር ያቀረቡትን ለአንተ ከአንተም ጋር ለወንዶችና ለሴቶች ልጆችህ ድርሻ እንዲሆን ለዘላለም ሰጥቼሃለሁ በእግዚአብሔር ፊት ለአንተ ከአንተም ጋር ለዘርህ የጨው ቃል ኪዳን ለዘላለም ነው።»

ዳዊት «በጨው ቃል ኪዳን» ከያህዌ መንግስቱን ለዘላለም ተቀበለ፡፡

2ዜና 13፥5
«የእስራኤል አምላክ እግዚአብሔር በእስራኤል ላይ መንግሥትን ለዳዊትና ለልጆቹ በጨው ቃል ኪዳን ለዘላለም እንደ ሰጠ በውኑ አታውቁምን?»

በዚህ ፅንሰ ሃሳብ ብርሃን ስንመለከተው የጌታችን አጭር አስተያየት የበለጠ ትርጉም የሚሰጥ ነው «በማንነታችሁ ጨው ይኑርባችሁ፣ ደግሞም አንዳችሁ ከሌላችሁ ጋር በሰላም ሁኑ»፡፡

ማርቆስ 9፥50
«ጨው መልካም ነው፤ ጨው ግን አልጫ ቢሆን በምን ታጣፍጡታላችሁ? በነፍሳችሁ ጨው ይኑርባችሁ፥ እርስ በርሳችሁም ተስማሙ።»

ሸ. የጨው ቃል ኪዳን ማለት፡-

1. በእውነተኝነትና በትህትና ራስን ከሌላው ጋር ማጣመር
2. ኪዳንን ከመስበር ይልቅ መከራ መቀበልና መሞት
3. በመካከለኛው ምስራቅ «በመካከላችን ጨው አለ» ማለት በሁለት ወገኖች መካከል የማይሰበር ኪዳን አለ ማለት ነው፡፡

የእኛ ልምምድ፡- ለዓመታት ይህ ሥነ ስርዓት ማለት ለእኛ ትልቅ ነገር ነው፡፡ ለመጀመሪያ ጊዜ በሠርግ ላይ ሲደረግ ካየንበት ጊዜ ጀምሮ ብዙ ጊዜ ተምረንበታል፡፡ ጥንዶች ከቤተሰቦቻቸው ጋር ይህንን ሲያደርጉ አይተናል፡፡ እኛ ራሳችን በዚህ ሥነ ስርዓት ማለፍ እንፈልግ ነበር፡፡ ስለዚህም የራሳችን የተደባለቀ ጨው የያዘ እቃ አለን፥ የእኛን ጨው የያዘው እቃ አንድነታችንን ይወክላል፥ ለሚያየውም ሁሉ የማይሰበር ቃል ኪዳን! እንዳለን ያመለክታል፡፡ ይህ የሚታይ የቃል ኪዳን ምሳሌ እንጂ ልዩ አምልኮ አይደለም፡፡

1. እንደ አንድ ሆኖ መከፋፈል

ይህንን መልመጃ ከመስራታችሁ በፊት ፀልዩ፡፡ ብስጭት ምሬትን እንዲያመጣ አትፍቀዱ፡፡ እግዚአብሔር ሁሉን አዲስ ማድረግ ይችላል፡፡

መልመጃ (Exercise)

ክፍል 1፡በትዳራችን ውስጥ መሰናክሎቻችንን ሰብረን ለመውጣት ቃል ኪዳን የመጀመሪያው ቁልፍ ነገር ነው፡፡ በዚህ መልመጃ በጋብቻ ሥነ ስርዓታችሁ ወቅት አንዳችሁ ለሌላችሁ የገባችሁትን ቃል ጻፉ፡፡

ክፍል 2፡- አሁን ደግሞ አንዳችሁ ለሌላችሁ የነበራችሁን ህልም ጻፉ፡፡ ለጋብቻ እየተዘጋጃችሁ ሳለ አንዳችሁ ለሌላችሁ የገባችሁት ቃል ምን ነበር፡፡

ክፍል 3፡- አሁን ይህንን ጥያቄ ራሳችሁን ጠየቁ፤ እነዚህን ቃል ኪዳኖች ጠብቃችኋልን?

ዘኍልቁ 30፥2

«ሰው ለእግዚአብሔር ስእለት ቢሳል፥ ወይም ራሱ በመሐላ ቢያስር፥ ቃሉን አይስበር ከአፉ እንደ ወጣው ሁሉ ያድርግ።»

2ጢሞቴዎስ 1፥12

«ስለዚህም ምክንያት ይህን መከራ ደግሞ ተቀብዬአለሁ፥ ነገር ግን አላፍርበትም፤ ያመንሁትን አውቃለሁና፥ የሰጠሁትንም አደራ እስከዚያ ቀን ድረስ ሊጠብቅ እንዲችል ተረድቼአለሁ።»

ከላይ ላሉት ቃል ኪዳኖች ራሳችሁን በፀሎት እንደገና አሳልፎ ለመስጠት ጊዜ ውሰዱ፡፡

ቀ. ቃል ኪዳናችሁን እንድትጠብቁ እግዚአብሔር ይረዳችኋል!

እግዚአብሔር የገባችኋቸውን እና ያልጠበቃችኋቸውን ጥቂት ወይም ብዙ ቃል ኪዳኖች ያሳያችሁ ይሆናል፡፡ ከፍርድ በታች አትሁኑ፡፡ በየግል እና እንደ ጥንዶች በጋራ በጌታ ፊትና ለእርስ በርሳችሁ ንስሐ ለመግባት አሁን ጊዜ ውሰዱ፡፡ ትዳራችሁን በኢየሱስ ደም ሸፍኑ፡፡

1ዮሐንስ 1፥9
«በኃጢአታችን ብንናዘዝ ኃጢአታችንን ይቅር ሊለን ከዓመፃም ሁሉ ሊያነጻን የታመነና ጻድቅ ነው።»

በዚህ መጽሐፍ ውስጥ ይህንን ጥቅስ የምታነቡት ለመጨረሻ ጊዜ አይሆንም! ጥቅሱ ከጌታ ጋር ላላችሁ ሕይወት እና ጉዞ አስፈላጊ ነው፡፡ የመስቀሉ ፀጋ ወደ ሕይወታችሁ የሚመጣው በዚህን ጊዜ ነው፡፡ ንስሐ መግባት ነጻ ያደርገናል፡፡ የአብን በረከት መረዳት ደግሞ የበለጠ ነጻነት ይሰጠናል፡፡ በምድር ላይ ያላችሁት ብቸኛ ሰዎች እናንተ ብቻ ብትሆኑ እንኳ እግዚአብሔር አንድያ ልጁን ኢየሱስ ክርስቶስን በመስቀል ላይ እንዲሞት ይልከው ነበር! ይህ አስደናቂ መልእክት ነው፡፡ የማታምኑ ከሆነ፥ እግዚአብሔር አባት እናንተን እንዴት እንሚያያችሁ መንፈስ ቅዱስ እንዲያሳያችሁ አሁን በፀሎት ጠይቁት፡፡

ከእግዚአብሔር የሰማችሁትን ጻፉ

በ. ትዳራችሁ በእናንተ እና በትዳር ጓደኛችሁ ደግሞም በእግዚአብሔር መካከል ያለ ቃል ኪዳን መሆኑን አሁን ትረዳላችሁ፡፡ በቃል ኪዳን ውስጥ መኖር ለእናንተ ለሁለታችሁም አስተማማኝና ምቹ ስፍራ ነው፡፡ በዚህ ውስጥ ትልቅ የሚባል ችግር አይኖርም፡፡

የትዳራችን ቃል ኪዳን ሞት እስኪለየን ድረስ አይሰበርም፡፡ ይህንንም መረዳታችሁን እርግጠኞች መሆን እንፈልጋለን፡፡ ቃል ኪዳን የእግዚአብሔር ዕቅድ ነው፡፡ ቃል ኪዳን ማለት በምቹ ስፍራ መሆን ማለት ነው፡፡ ነገር ግን ሰው ቃል ኪዳኑን ለኃጢአት እና ሌላውን ሰው ለማዋረድ ምቹ መጠለያ ሊያደርገው ይችላል፡፡ ይህ ግን እግዚአብሔርን ደስ የሚያሰኝ ነገር አይደለም፡፡ ቃል ኪዳን በሕግ ሳይሆን የሚጠበቀው በእግዚአብሔር ፀጋ ነው፡፡ በትዳራችሁ ውስጥ ፍቅርንና አክብሮትን ማስቀመጥ ይችላል፡፡ ደግሞም ከመመሪያዎቹና ከልቡ ውጪ መሄድም ትችላላችሁ፡፡ ምናልባት ፍቺ የፈፀማችሁ ሰዎች ካላችሁ በራሳችሁ ላይ አትፍረዱ፡፡ በቀጣዩ ትምህርቶቻችን ስለ ፍቺና ዳግም ጋብቻ አንስተን እንነጋገራለን፡፡ እባካችሁ ማንኛችሁም ፍቺ የፈፀማችሁ ሰዎች ትምህርቱን አታቋርጡ፡፡ ምክንያቱም ስለ ቃል ኪዳን ግልፅ የሆነ ግንዛቤን ታገኙበታላችሁ፡፡ ደግሞም ቃል ኪዳናችሁ ጠንካራ እንዲሆን ይረዳችኋል፡፡

አስታውሱ እግዚአብሔር የምህረትና የፀጋ አምላክ ነው፡፡ ከፍርድ ነጻ ወጥተን በእርሱ ፀጋ እንድንኖር የእግዚአብሔር ፈቃድ ነው፡፡ ስለሆነም ይቅርታውን በኢየሱስ ስም በመቀበል ሙሉና የተትረፈረፈ ሕይወትን ኑሩ!

የከበረ *ጊዜ* *በአንድነት* *ቁልፍ ሁለት፦ ቃል ኪዳን*

   *= የአንድነትን ሚስጥር መክፈት* 

የአንድነት የፀሎት ጊዜ

የማረጋገጫ ቃል፡-

ስለ ቃል ኪዳን ለማጥናት ኢያሱ ምዕራፍ 9 -10 አንብቡ፡፡ እግዚአብሔር ካልተቀበላቸው ሰዎች ጋር ቃል ኪዳን ስለ አለመጋባት እግዚአብሔር ምን እንደተናገረ ተወያዩ ደግሞም ፀልዩ፡፡ እግዚአብሔር እስራኤላውያን ለገባአናውያን የገቡትን ቃል ኪዳን እንዲጠብቁ አድርጎአል፡፡ 2ሳሙኤል 21፥1-6 አንብቡ እግዚአብሔር ለቃል ኪዳን ምን ያህል ትኩረት እንደሚሰጥ ትመለከታላችሁ፡፡ እግዚአብሔር በውሳኔው ውስጥ ቢኖርበትም ባይኖርበትም በቃል ኪዳኑ ውስጥ አለ ወይም ተገምዶአል፡፡ በመጨረሻ የተባረካችሁ መሆናችሁን እወቁ፡፡ እግዚአብሔር በቃል ኪዳን ውስጥ ሰላምና ምቾትን ይሰጣችኋል፡፡ ጨምራችሁ ስለ ቃል ኪዳን የሚናገሩ የመጽሐፍ ቅዱስ ክፍሎችን አጥኑ፡፡

ጥንዶች በአንድነት ሆናችሁ ቃል ኪዳን ለእናንተ ትዳር ምን ማለት እንደሆነ ከመጽሐፍ ቅዱስ ያወቃችሁትን ጻፉ፡፡

የእርስ በእርስ ኃላፊነት

ባል ሚስቱን ይጠብቃል ኤፌሶን 5፥25

ሚስት ራሷን ለባሏ ታስገዛለች ምሳሌ 31፥10-12

ሰብሮ ለማለፍ የሚያስችሉ 8 ቁልፎች

በጆ እና ስቴፋኒ ዴሞት

MISSIONARIES 2 MARRIAGES

<u>ቁልፍ ሦስት፡- በይቅርታ መኖር</u>

የእግዚአብሔር ፍጹም ፍቅር

ሀ. በጋብቻችን ድልን ስንፈልግ ኢየሱስንና የእርሱን ይቅርታ ከማንኛውም ነገር በፊት እናስቀድማለን፡፡ በጋብቻ ውስጥ ባልና ሚስት የይቅርታ ልብ ሊኖራቸው ይገባል፡፡ በማንኛውም ሁኔታ ውስጥ የትዳር ጓደኛችንን ይቅር ለማለት መዘጋጀት አለብን፡፡ ይህንን ማድረግ ቀላል ነገር አይደለም፡፡ እንደተጋቡ ጥንዶች የጋብቻችሁ ዕድሜ እየጨመረ ሲሄድ አንዳችሁ ሌላችሁን እንዴት እንደምትጎዱ ታውቃላችሁ፡፡ ባልና ሚስት አንዳቸው ሌላቸውን የሚያቆስሉ ነገሮች ማድረግና መናገራቸው የተለመደ ነገር ነው፡፡ አንዳችን ሌላችንን ከመኮነን ይልቅ እንበራረክ፡፡ አንዳችሁ ሌላችሁን እና ትዳራችሁን ስትባርኩ በትክክል የይቅርታን ልብ ስለ ማግኘት ትማራላችሁ፡፡

ማቴዎስ 6፥14-15፡- «ለሰዎች ኃጢአታቸውን ይቅር ብትሉ፥ የሰማዩ አባታችሁ እናንተን ደግሞ ይቅር ይላችኋልና፤ ለሰዎች ግን ኃጢአታቸውን ይቅር ባትሉ፥ አባታችሁም ኃጢአታችሁን ይቅር አይላችሁም፡፡»

ለ. ከዚህ በላይ የተጻፈው ጥቅስ እንደሚናገረው ጌታ ይቅር ይለን ዘንድ እኛም ይቅር ማለት አለብን፡፡ ይህ አግባብነት ያለው አይመስልም፡፡ ብዙዎቻችን ሁልጊዜም ስንሰማ የኖርነው የእግዚአብሔር ይቅርታ ዋጋን የማያስከፍል መሆኑን ነው፡፡ እግዚአብሔር እርሱ እንዳደረገው እኛም እንድናደርግ ይጠብቅብናል፤ ይህም የትዳር ጓኛችንን ይቅር ማለትን ያካትታል፡፡ ባሎችና ሚስቶች ብዙ ጊዜ አንዳቸው ሌላቸውን ይቅር ላለማለት ምክንያት ያበዛሉ፡፡ አንዱ የትዳር አጋር ሌላውን እንዴት እንደሚያበሳጭ ያውቃል፡፡ አንዱ ሌላውን በሚጎዳበት ጊዜ እንኳን አንዴት መርዳት እንደሚችል ያውቃል፡፡ ባሎችና ሚስቶች ይቅር ባለማለት አንዳቸው ሌላቸውን እንደሚጎዱ ያስባሉ፤ እውነቱ ግን የሚጎዱት ራሳቸውን መሆኑ ነው፡፡ ይህንን አይነት ጠባይ ይዘን እግዚአብሔር ለእኛ ወዳለው ሃሳብ ማደግ አንችልም፡፡

ጥንዶች ይቅር ላለማለት የሚያነሱአቸው ጥቂት ምክንያቶች የሚከተሉት ናቸው፡-

1. በትዳር አጋራቸው በተደጋጋሚ የሚፈጸሙ ድርጊቶች (ኃጢአት)
2. ይቅር አለማለታቸውን ማፅደቅ
3. ትዕቢት
4. የከፋ ጉዳት

ማቴዎስ 5፥23-24
«እንግዲህ መባህን በመሠዊያው ላይ ብታቀርብ፥ በዚያም ወንድምህ አንዳች በአንተ ል እንዳለው ብታስብ፥ በዚያ በመሠዋው ፊት መባህን ትተህ ሂድ፥ አስቀድመህም ከወንድምህ ጋር ታረቅ፥ በኋላም መጥተህ መባህን አቅርብ፡፡»

ሐ. ይቅርታ ለእግዚአብሔር እጅግ አስፈላጊ በመሆኑ ስጦታችሁን ከመቀበሉ በፊት ይቅር እንድትሉ ይፈልግባችኋል፡፡

ማርቆስ 11፥25
«ለጸሎትም በቆማችሁ ጊዜ፥ በሰማያት ያለው አባታችሁ ደግሞ ኃጢአታችሁን ይቅር እንዲላችሁ፥ በማንም ላይ አንዳች ቢኖርባችሁ ይቅር በሉት።»

መ. ሰዎች ሌሎችን ይቅር በማይሉበት ጊዜ የሚጎዱት እነርሱ ብቻ ሳይሆኑ ትዳራቸውም ጭምር ነው፡፡ የተጋቡ ሰዎች «አንድ ሥጋ» ናቸው፡፡ ጥፋታችንን እርስ በርስ እንደምንሸከም እርስ በእርስ ልንጎዳዳም እንችላለን፡፡ ከቤት ውጪና በሥራ ቦታ የተከሰተ ችግር ምን ህል ጊዜ በቤት ውስጥ መራራ ችግር አስከትሎባችኋል?

ሉቃስ 12፥13-14
«ከሕዝቡም አንድ ሰው፦ መምህር ሆይ፥ ርስቱን ከእኔ ጋር እንዲካፈል ለወንድሜ ንገረው አለው፡፡ እርሱም፦ አንተ ሰው፥ ፈራጅና አካፋይ በላያችሁ እንደሆን ማን ሾመኝ? አለው፡፡»

ማቴዎስ 5፥9
«የሚያስተራርቁ ብፁዓን ናቸው፥ የእግዚአብሔር ልጆች ይባላሉና።»

አሁን በየግላችሁ ወይም በአንድነት በመሆን ጊዜ ውሰዱ፡፡ ሌሎች የበደሉአችሁን ሰዎች ይቅር በሉ፡

ባል ____

____

____

____

____

ሚስት

____

____

____

____

ሉቃስ 23፥24
«ኢየሱስም፦ አባት ሆይ፥ የሚያደርጉትን አያውቁምና ይቅር በላቸው አለ። ልብሱንም ተካፍለው ዕጣ ተጣጣሉበት።»

1. አንዳችሁ ሌላችሁን ይቅር በሉ አበረታቱም፥ እርስ በእርስም ተረዳዱ፡፡

የሐሥራ 7፥59-60
«እስጢፋኖስም ጌታ ኢየሱስ ሆይ፥ ነፍሴን ተቀበል ብሎ ሲጠራ ይወግሩት ነበር፡፡ ተንበርክኮም ጌታ ሆይ፥ ይህን ኃጢአት አትቁጠሩባቸው ብሎ በታላቅ ድምፅ ጮኸ፡፡ ይህንም ብሎ አንቀላፋ፡፡ ሳውልም በእርሱ መገደል ተስማምቶ ነበር፡፡»

ማቴዎስ 18፥20-23
«ሁለት ወይም ሦስት በስሜ በሚሰበሰቡበት በዚያ በመካከላቸው እሆናለሁና፡፡ በዚያን ጊዜ ጴጥሮስ ወደ እርሱ ቀርቦ ጌታ ሆይ፥ ወንድሜ ቢበድለኝ ስንት ጊዜ ልተውለት? እስከ ሰባት ጊዜን? አለው፡፡ ኢየሱስም እንዲህ አለው፦ እስከ ሰባ ጊዜ ሰባት እንጂ እስከ ሰባት ጊዜ አልልህም፡፡ ስለዚህ መንግሥተ ሰማያት ባሮቹን ሊቆጣጠር የወደደን ንጉሥ ትመስላለች»

ት. ኢሳይያስ 43፥25
«መተላለፍህን ስለ እኔ ስል የምደመስስ እኔ ነኝ ኃጢአትህንም አላስብም። »

2. ባልና ሚስት ክርስቶስንና ቤ/ክርስቲያንን ሊያሳዩ ይገባቸዋል፡፡ በኢየሱስ ደም በኩል በይቅርታ ውስጥ መኖር እንችላለን፡፡ አንዳንድ ጊዜ ፍቺ ይቅር አለማለት ይሆናል፡፡ የሚከተሉትን ጥቅሶች በመመልከት እርሱ ይቅር እንዳለን ይቅር ሳንል ስንቀር ይቅር አለማለታችንን ጌታ እንዴት እንደሚመለከተው እንይ፡፡

ራዕይ3፥16
«እንዲሁ ለብ ስላልህ በራድም ወይም ትኩስ ስላልሆንህ ከአፌ ልተፋህ ነው። »

ማቴ 18፥23-35
«ስለዚህ መንግሥተ ሰማያት ባሮቹን ሊቆጣጠር የወደደን ንጉሥ ትመስላለች፡፡ መቆጣጠርም በጀመረ ጊዜ፥ እልፍ መክሊት (ወደ 10,000,000 የሚጠጋ) ዕዳ ያለበትን አንድ ሰው ወደ እርሱ አመጡ፡፡ የሚከፍለውም ቢያጣ፥ እርሱና ሚስቱ ልጆቹም ያለውም ሁሉ እንዲሸጥና ዕዳው እንዲከፈል ጌታው አዘዘ፡፡ ስለዚህ ባሪያው ወድቆ ሰገደለትና ጌታ ሆይ፥ ታገሠኝ፥ ሁሉንም እከፍልሃለሁ አለው፡፡ የዚያም ባሪያ ጌታ አዘነለትና ለቀቀው፥ ዕዳውንም ተወለት፡፡ ነገር ግን ያ ባሪያ ወጥቶ ከባልንጀሮቹ መቶ ዲናር ዕዳ ያለበትን አንዱን አገኘና ዕዳህን ክፈለኝ ብሎ ያዘና አነቀው፡፡ ስለዚህ ባልንጀራው ባሪያ ወድቆ ታገሠኝ፥ ሁሉንም እከፍልሃለሁ ብሎ ለመነው፡፡ እርሱም አልወደደም፥ ግን ሄዶ ዕዳውን እስኪከፍል ድረስ በወኅኒ አኖረው፡፡ ባልንጀሮቹ የሆኑ ባሮችም ያደረገውን አይተው እጅግ አዘኑ፥ መጥተውም የሆነውን ሁሉ ለጌታቸው ገለጡ፡፡ ከዚያ ወዳ ጌታው ጠርቶ አንተ ክፉ ባሪያ፥ ስለ ለመንኸኝ ያን ሁሉ ዕዳ ተውሁልህ፤ እኔ እንደማርሁህ ባልንጀራህ የሆነውን ያን ባሪያ ልትምረው ለአንተስ አገባህምን? አለው፡፡ ጌታውም ተቆጣና ዕዳውን ሁሉ እስኪከፍለው ድረስ ለሚያሠቃዩት አሳልፎ ሰጠው፡፡ ከእናንተ እያንዳንዱ ወንድሙን ከልቡ ይቅር ካላለ፥ እንዲሁ ደግሞ የሰማዩ አባቴ ያደርግባችኋል፡፡ »

3. ስለዚህ እርስ በርስ «ይህች አጥንት ከአጥንቴ ናት፥ ሥጋም ከሥጋዬ ናት» የተባባሉ ጥንዶች በትዳራቸው ውስጥ እንዴት ይቅር አለመባባል ይችላሉ? ኢየሱስ አመንዝራነትን፣ መከዳዳትን፣ ማዋረድን ጨምሮ ስለ ኃጢአታችን ሁሉ በመስቀል ላይ ሞተ፡፡ እነዚህ ኃጢአቶች ሰዎች ለመፋታት የሚያቀርቡአቸው ምክንያቶች ናቸው፡፡ ኢየሱስ የሞተው ለእነዚህም ኃጢአቶች ጭምር ነው! ብዙዎች ይቅር ካለማለት የተነሳ በአእምሮአቸውና በአካላቸው ህመምተኞች ሆነው ይኖራሉ፡፡ እናንተ ከእነዚህ ሰዎች አንዱ ለመሆን ለራሳችሁ ፈቃድ አትስጡ፡፡

ማቴዎስ 7፥1-5
«እንዳይፈረድባችሁ አትፍረዱ፤ በምትፈርዱበት ፍርድ ይፈረድባችኋልና፥ በምትሰፍሩበትም መስፈሪያ ይሰፈርባችኋል፡፡ በወንድምህ ዓይን ያለውን ጉድፍ ስለምን ታያለህ፥ በዓይንህ ግን ያለውን ምሰሶ ስለ ምን አትመለከትም? ወይም ወንድምህን ከዓይንህ ጉድፍ ላውጣ ፍቀድልኝ እንዴትስ ትለዋለህ? እነሆም በዓይንህ ምሰሶ አለ፡፡ አንተ ግብዝ፥ አስቀድመህ ከዐይንህ ምሰሶውን አውጣ፥ ከዚያም በኋላ ከወንድምህ ዓይን ጉድፉን ታወጣ ዘንድ አጥርተህ ታያለህ፡፡»

ሉቃስ 6፥37
«አትፍረዱ አይፈረድባችሁምም፤ አትኰንኑ አትኰነኑምም። ይቅር በሉ ይቅርም ትባላላችሁ።»

የእኛ ልምምድ፡- ከብዙ ዓመታት በፊት ሰዎችን በእርሱ ዓይን እንድናያቸው ኢየሱስ አሳይቶናል፡፡ ይህንን በምታደርጉበት ጊዜ ለትዳር ጓደኛችሁና ለሌሎች ሰዎች የበለጠ ርኅሩሆች ትሆናላችሁ፡፡

ማቴዎስ 14፥14
«ወጥቶም ብዙ ሕዝብ አየና አዘነላቸው ድውዮቻቸውንም ፈወሰ።»

ሠ. የትዳር አጋሮቻችንን እርሱ እንደሚያያቸው እንድናያቸው እንዲረዳን ኢየሱስን ስንጠይቀው ልንፈር ድባቸው አንፈልግም በማንኛውም ሌላ ሰው ላይ ይህንን አናደርግም፡፡

1. እኛ በሌሎች ላይ በምንፈርድበት ጉዳይ በእኛም ላይ እንዲሁ ይፈረዳል፡፡ እግዚአብሔር ለትዳር ጓደኞቻችሁ ባዘጋጃቸው ነገሮች ባርኩአቸው እንጂ አትፍረዱባቸው፡፡ ማቴዎስ 7፥1 «እንዳይፈረድባችሁ በማንም ሰው ላይ አትፍረዱ» በይቅርታ ሕይወት በምንጓዝበት ጊዜ የትዳር ጓደኞቻችንን እግዚአብሔር በሚያያቸው መንገድ እናያቸዋለን፤ እግዚአብሔር ለእነርሱ ካለው ራዕይ ጋር እንስማማለን፡፡

2. ያልተፈቱ ጉዳዮች፣ ይቅር አለማለት እና በቀል ሁሉ ልባችንን ያጠነክሩትና ወደ ፊት እንዳንራመድ ያደርጉናል፡፡

አሁን በየግላችሁ በፀሎት ለመቆየት ጊዜ ውሰዱ፡፡ የትዳር ጓደኛችሁን በምን ነገሮች ዙሪያ ይቅር ማለት እንዳለባችሁ እንዲያሳያችሁ እግዚአብሔርን ጠይቁት፡፡ ከዚህ በታች ጻፉአቸው፡፡

ባል

____

____

____

____

ሚስት

____

____

____

____

አሁን ይቅር ማለት እንድትችሉ እና እነዚህን የጻፋችኋቸውን ነገሮች በመስቀሉ ሥር ለመተው እንዲረዳችሁ ጌታን ጠይቁት፡፡ «ፈቃዴ የአብ ፈቃድ ይሁን»

ዘፍጥረት 49፥25
«በአባትህ አምላክ እርሱም የሚረዳህ፥ ሁሉንም በሚችል አምላክ እርሱም የሚባርክህ፥ በሰማይ በረከት ከላይ በሚገኝ፥ በጥልቅም በረከት ከታች በሚሠራጭ፥ በጡትና በማኅፀን በረከት።»

ዘፍጥረት 49፥26
«የአባትህ በረከቶች ጽኑዓን ከሆኑ ከተራሮች በረከቶች ይልቅ ኃያላን ናቸው ዘላለማውያን ከሆኑ ከኮረፍቶችም በረከቶች ይልቅ ኃያላን ናቸው እነርሱም በዮሴፍ ራስ ላይ ይሆናሉ፥ በወንድሞቹ መካከል አለቃ በሆነው ራስ እናት ላይ።»

ዕብራውያን 12፥15
«የእግዚአብሔር ጸጋ ለማንም እንዳይጎድለው፥ ብዙዎቹም የሚረከሱበት አንድ መራራ ሥር ወደ ላይ በቅሎ እንዳያስጨንቅ፥ ሴሰኛም የሚሆን እንዳይገኝ፥»

ወደ ኋላ በመመለስ አንዳችሁ ሌላችሁን ለመባረክ አሁን ጊዜ ውሰዱ፡፡ በተነጋገራችሁባቸው ጉዳዮች አንዳችሁ ሌላችሁን አበረታቱ፡፡ የይቅርታ ቢስነትን አዙሪት በመባረክ ከሕይወታችሁ ሰበሩ!

ረ. ራሳችሁን በእሥራት ውስጥ አስቀምጣችኋልን? እራሳችሁን ይቅር ብላችኋል? እራሳችሁን ይቅር ካላላችሁ አሁን ይቅር በሉ፡፡ ራሳችሁን ይቅር ካላላችሁ በእፍረት ትከደናላችሁ፡፡ ጌታ እናንተን እንዴት እንደሚያያችሁ እንዲገልጥላችሁ ጠይቁት፡፡ እፍረት፣ የህሊና ክስ፣ ወይም ትዕቢት ድላችሁን እንዲሰርቅ አትፍቀዱለት፡፡ ባደረጋችሁት ማንኛውም ነገር ራሳችሁን ይቅር ለማለት አሁን ጊዜ ውሰዱ፡፡ የእግዚአብሔር ቅባት ነጻነት ያመጣል፡፡ በኢየሱስ ስም ጠላትን አሸንፋችኋል፡፡

ሰ. ቃል ኪዳን ማፍረስ

ፍቺና ዳግም ጋብቻ

ጠንካራ መሰረት ይኖራችሁ ዘንድ ስለዚህ ርዕስ ጉዳይ አሁን እንነጋገር፡፡ እግዚአብሔር ሊሰጣችሁ ያለውን ነገር ሁሉ መቀበል ትችላላችሁ፡፡ እርሱ ከትዳር ጓደኞቻችሁና ከምድራዊ ወላጆቻችሁ በላይ እንደሚወዳችሁ ምንጊዜም አስታውሱ፡፡ የእግዚአብሔር ቃል ስለ ፍቺና ዳግም ጋብቻ የሚለውን ለማብራራት የሚሞክሩ ብዙ ትምህርቶች አሉ፡፡ መጽሐፍ ቅዱስንና ልባችሁን እንድትመረምሩ ጥቂት የመጽሐፍ ቅዱስ ጥቅሶችን እንሰጣችኋለን፡፡ በፍቺና በዳግም ጋብቻ ጉዳይ የእግዚአብሔርን ልብ እንዲያሳያችሁ መንፈስ ቅዱስን ጠይቁት፡፡ ፍቺ የፈጸማችሁ ሰዎች ባትሆኑም እንኳ እነዚህን ጥቅሶች ማጥናት ለእናንተ እጅግ ጠቃሚ ነው፡፡ ስለ ቃል ኪዳን ያላችሁን መረዳት በማሳደግ የጋብቻችሁ መሠረት የጠበቀ እንዲሆን ይረዳችኋል፡፡

ሚልኪያስ 2፥16

«መፋታትን እጠላለሁ፥ ይላል የእስራኤል አምላክ እግዚአብሔር፥ ልብሱንም በግፍ ሥራ የሚከድነውን ሰው እጠላለሁ፥ ይላል የሠራዊት ጌታ እግዚአብሔር ስለዚህ እንዳታታልሉ መንፈሳችሁን ጠብቁ።»

ማቴዎስ 19፥8

«እርሱም፡- ሙሴስ ስለ ልባችሁ ጥንካሬ ሚስቶቻችሁን ትፈቱ ዘንድ ፈቀደላችሁ፤ ከጥንት ግን እንዲህ አልነበረም።»

ስለዚህ አንድ ነገር እውነት መሆኑን ለማረጋገጥ መጽሐፍ ቅዱስ ምን ያህል ጊዜ መናገር ይኖርበታል? በመጽሐፍ ቅዱስ ውስጥ ከሌሎች ነገሮች ይልቅ ስለ ፍቺና ዳግም ጋብቻ የሚናገሩ በርካታ ጥቅሶች አሉ፡፡

1. በመጀመሪያ በፍቺና ዳግም ጋብቻ ውስጥ ያለፋችሁ ከሆናችሁ እግዚአብሔር አሁንም እንደሚወዳችሁ ተረዱ፡፡ ነጻ እንድትሆኑ እና ሙሉ እንድትሆኑ ይፈልጋል፡፡
2. ስለሆነም ራሳችሁን አትኮንኑ፤ ስለፈፀማችሁት ፍቺ ንስሐ ግቡ፡፡ ስለፈፀማችሁትም ዳግም ጋብቻ ንስሐ ግቡ፡፡ አሁን የመሠረታችሁትን ጋብቻ አጠናክሩ፡፡ እንደገና ጠላት ወደ ትዳራችሁ እንዳይገባ በሩን ዝጉበት፡፡

የእግዚአብሔር ቃል ይህንን ርዕስ ይገልጻል፡፡ ስለሆነም ቃሉን አጥኑት፡፡ ይህን የምንለው እኛ ልናሳምናችሁ ወይም ልንረታችሁ ስለምንፈልግ ወይም ስለምንችል አይደለም፡፡ እባካችሁ ቃሉን በማጥናት እውነቱን እንዲያሳያችሁ መንፈስ ቅዱስን ጠይቁት፡፡ ቃል ኪዳን ግልፅ ጉዳይ ነው፡፡ ሦስቱ የቃል ኪዳን አካላት ማለትም እናንተ፣ የትዳር አጋራችሁና እግዚአብሔር በዚህ ቃል ኪዳን ውስጥ በአንድነት አላችሁ፡፡ በሠርጋችሁ ጊዜ የነበራችሁ አቋም መንፈሳዊ ቢሆንም ባይሆንም እግዚአብሔር የትዳራችሁ ምስክር ነው፡፡ ሆኖም እርሱ እስኪጋበዝ ድረስ በጋብቻችሁ ውስጥ አይገባም፡፡ እግዚአብሔር ጋብቻን ፈጥሮአል፡፡ እግዚአብሔር አብ በትዳራችሁ ውስጥ የምስክርነት ሚናውን ይጫወታል፡፡ እግዚአብሔር በሁሉም ዘንድ ተፈጻሚነት እንዲኖረው አድርጎ ጋብቻን በቃሉ መስርቶአል፡፡ ከላይ እንደተመለከትነው እግዚአብሔር ፍቺን እንደሚጠላ ተናግሮአል፡፡ ቀጥሎ በቀረቡት ጥቅሶች ውስጥ የተለመዱ ተመሳሳይ ነገሮችን ታያላችሁ፡፡ ስለ ዳግም ጋብቻ የሚናገር ጥቅስ ሁሉ የቀድሞ የትዳር ጓደኛ በሕይወት እያለ የተፈጸመውን ዳግም ጋብቻ ማመንዘር ብሎ ይጠራዋል፡፡ ማመንዘር ብሎ የሚጠራው ዳግመኛ በተመሠረተው ጋብቻ ውስጥ የሚፈጸመውን የግብረሥጋ ግንኙነት ሳይሆን ዳግም የማግባቱን እና ቃል ኪዳን የመስበሩን ድርጊት ነው፡፡ የቀድሞ የትዳር አጋር በሞት ከተለየ/ች በሕይወት ያለው ሰው በጌታ ይሁን እንጂ እንደ ገና የማግባት ነጻነት አለው (1ቆሮ 7፥39)፡፡ በእርግጥ ምንጊዜም ቢሆን የተለያዩ ሁኔታዎች ሊያጋጥሙ ይችላሉ ስለሆነም የእግዚአ ብሔርን ቃል መመልከት መልካም ነው፡፡ ለችግሩ ተጋላጭ የሆነው ወገን ምንጊዜም ለእነዚህ ክርክሮች ግንባር ቀደም ነው፡፡ ይህ ተጋላጭ ሰው በማመንዘር፣ በመክዳት ወይም ጥቃት በማድረስ ኃጢአት አድርጎአል፡፡ የእግዚአብሔርን ቃል ስታጠኑ የፈታችሁ ሰዎች አግብቶ የማያውቀውን ሰው በምታገቡበት ጊዜ ያን ሰው አመንዝራ እንዲሆን ምክንያት ትሆናላችሁ ይላል፡፡ እስኪ ስለ ማቴዎስ 19 እንነጋገር፡፡

ማቴዎስ 19፥1-9
«ኢየሱስም ይህን ነገር ከፈጸመ በኋላ፥ ከገሊላ ሄዶ ወደ ይሁዳ አውራጃ ወደ ዮርዳኖስ ማዶ መጣ። ብዙ ሕዝብም ተከተሉት፥ በዚያም ፈወሳቸው። ፈሪሳውያንም ወደ እርሱ ቀረቡና ሲፈትኑት ሰው በሆነው ምክንያት ሁሉ ሚስቱን ሊፈታ ተፈቅዶለታልን? አሉት። እርሱ ግን መልሶ እንዲህ አለ፦ ፈጣሪ በመጀመሪያ ወንድና ሴት አደረጋቸው፥ አለም፦ ስለዚህ ሰው አባቱንና እናቱን ይተዋል፥ ከሚስቱም ጋር ይተባበራል፥ ሁለቱም አንድ ሥጋ ናቸው እንጂ ወደ ፊት ሁለት አይደሉም። እግዚአብሔር ያጣመረውን እንግዲህ ሰው አይለየው። እነርሱም፦ እንኪያስ ሙሴ የፍችዋን ጽሕፈት ሰጥተው እንዲፈቱአት ስለ ምን አዘዘ? አሉት። እርሱም ሙሴስ ስለ ልባችሁ ጥንካሬ ሚስቶቻችሁን ትፈቱ ዘንድ ፈቀደላችሁ፤ ከጥንት ግን እንዲህ አልነበረም። እኔ ግን እላችኋለሁ፥ ያለ ዝሙት ምክንያት ሚስቱን ፈትቶ ሌላዪቱን የሚያገባ ሁሉ ያመነዝራል፥ የተፈታችውንም የሚያገባ ያመነዝራል አላቸው።»

ይህ ምዕራፍና ጥቅስ ስለ ዝሙትና ማመንዘር የሚናገር ደግሞም እግዚአብሔር ለፍቺ ልዩና ብቸኛ ፈቃድ የሰጠበት ክፍል በመባል ይታወቃል ። ስለሆነም ለምን ለፍቺ ምክንያት እንደተባለ ገብቶናል ብለን እንውሰደው። ማመንዘር ጋብቻን የሚያወድም ነው። ይህንን ደግሞ ከግል ልምምዳችን እናውቀዋለን። ነገር ግን እግዚአብሔር መፈወስ ይችላል ይፈውሳልም። ደግመን አንድ ጊዜ እንበለው ከተፈፀመው ስህተት ይልቅ በቃል ኪዳናችሁ ውስጥ ኃይል አለ። ከቃል ኪዳናችሁ መለኮታዊነት የተነሳ እውነተኛ ንስሐ ሲኖር እግዚአብሔር ትዳራችሁን ይጠግናል።

በማቴዎስ 19-9
የተጠቀሰው «ያለ ዝሙት ምክንያት» የሚለው ሃሳብ በተለያዩ የመጽሐፍ ቅዱስ ትርጉሞች የተለያየ ሥያሜዎች ተሰጥተውታል። እነዚህን ትርጉሞች ለመረዳት ብዙ ልትመራመሩ ትችላላችሁ። መጽሐፍ ቅዱስ እያለ ያለው ዋናው ፍሬ ነገር ለማግባት የምታስቡት ሰው ከጋብቻው በፊት የግብረሥጋ ግንኙነት የፈፀመ ከሆነ ልታገቡት አትፈልጉትም። ትክክለኛውን ጋብቻ ከመፈፀማችሁ በፊት እጮኝነታችሁን ማቋረጥ ትችላላችሁ። ይህም ከአይሁድ ባህል ጋር የተያያዘ ነው። አንድ ጊዜ ቃል ኪዳን ከገባችሁ በኋላ መፋታት ወይም እንደገና ማግባት አትችሉም። ነገር ግን ፈትታችሁ እንደገና የምታገቡ ከሆነ እናንተና ያገባችሁት ሰው አመንዝራ ትሆናላችሁ። የማቴዎስ መጽሐፍ የተጻፈው ለአይሁዶች እንደመሆኑ መጠን ይህ ልምምድ ለእነርሱ «ለትዳር ያሰቡትን ሰው መተው» በማለት ይታወቅ ነበር። ይህ በማርያምና በዮሴፍ እጮኝነት ታይቷል።

ማቴዎስ 1፥19
«እጮኛዋ ዮሴፍም ጻድቅ ሆኖ ሊገልጣት ስላልወደደ በስውር ሊተዋት አሰበ።»

ይህ የሚፈፀመው ከሠርጉ ሥነ ስርዓት በፊት ነው። በጥንት ዘመን የአሁድ የጋብቻ ሂደት የሚጀምረው ሌሎች በሚያውቁት መንገድ ለመጋባት በመስማማት ቢሆንም እስከ ሠርጋቸው ማታ ድረስ ቃል ኪዳን አይፈፅሙም ነበር። ስለሆነም ወደ ጋብቻ በሚያደርሰው የእጮኝነት ጊዜ ውስጥ ከሁለቱ አንዱ ታማኝነታቸውን ቢያፈርሱ «ፍቺ» የሚፈቀድና አስፈላጊም ነበር።

የእኛ ልምምድ፦ ከመላው ዓለም በዳግም ጋብቻ ውስጥ ያለፉ ጥንዶችን እናገለግላለን። እነዚህ ጥንዶች መፋታታቸው እና ዳግም ማግባታቸው ኃጢአት እንደነበር አምነው ሲቀበሉ የጋብቻቸውን ፍሬ እንመለከታለን። ንስሐ በሚገቡበት ጊዜ ነጻነታቸውና ፈውሳቸውን ይቀዳጃሉ። ከዚያም ትዳራቸውን በእግዚአብሔር ቃል አማካኝነት የቃል ኪዳንን ምንነት በመረዳት ይገነባሉ።

የጥናት ጥቅሶች፡-

ሉቃስ 16፥18
«ሚስቱንም የሚፈታ ሁሉ ሌላይቱንም የሚያገባ ያመነዝራል፥ ከባልዋም የተፈታችውን የሚያገባ ያመነዝራል።»

1ቆሮንቶስ 7፥11
«ብትለያይ ግን ሳታገባ ትኑር ወይም ከባልዋ ትታረቅ፥ ባልም ሚስቱን አይተዋት»

ማርቆስ 10፥2-12
«ፈሪሳውያንም ቀርበው ሰው ሚስቱን ሊፈታ ተፈቅዶለታልን? ብለው ጠየቁት፡፡ እርሱ ግን መልሶ፡- ሙሴ ምን አዘዛችሁ? አላቸው፡፡ እነርሱም፡- ሙሴስ የፍችዋን ጽሕፈት ጽፎ እንዲፈታት ፈቀደ አሉት፡፡ ኢየሱስም መልሶ እንዲህ አላቸው፡- ስለ ልባችሁ ጥንካሬ ይህችን ትእዛዝ ጻፈላችሁ፡፡ ከፍጥረት መጀመሪያ ግን እግዚአብሔር ወንድና ሴት አደረጋቸው፤ ስለዚህ ሰው አባቱንና እናቱን ይተዋል ከሚስቱም ጋር ይተባበራል፥ ሁለቱም አንድ ሥጋ ይሆናሉ፤ ስለዚህ አንድ ሥጋ ናቸው እንጂ ወደ ፊት ሁለት አይደሉም፡፡»

1ቆሮንቶስ 7፥39
«ሴት ባልዋ በሕይወት ሳለ የታሰረች ናት፤ ባልዋ ቢሞት ግን በጌታ ይሁን እንጂ የወደደችውን ልታገባ ነጻነት አላት።»

በፍቺ ሕይወት ካላለፋችሁ ይህ ትምህርት በፍቺ ርዕስ ላይ ተገቢውን መረዳት እንዳስጨበጣችሁ ተስፋ እናደርጋለን፡፡ በፍቺና ዳግም ጋብቻ ውስጥ ያለፋችሁ ከሆናችሁ ደግሞ መንፈስ ቅዱስ ንስሐ መግባት እንዳለባችሁ አሳይቶአችኋል፤ ስለሆነም አሁን ጊዜ ወስዳችሁ ንስሐ ግቡ፡፡ ሁለታችሁም በፍቺ ውስጥ ስለነበራችሁ ድርሻና ዳግም በማግባት ስለፈፀማችሁት የአንድ ጊዜ ዝሙት ንስሐ ግቡ፡፡ ንስሐ በመግባት ከትውልድ ወደ ትውልድ የሚሸጋገረውን መርገም ስበሩት፡፡ በፈፀማችሁት ፍቺ ውስጥ ድርሻ የነበራቸውን የቀድሞ የትዳር አጋራችሁን እና ሌሎችንም ሰዎች ይቅር በሉ፡፡ አሁን ጌታ ቃል ኪዳናችሁን እንዲባርክላችሁ ፍቀዱለት፡፡ በዚህ ርዕስ ዙሪያ ሰይጣን እንደገና ፍርድን እና ግራ መጋባትን ወደ ትዳራችሁ እንዲያመጣ አትፍቀዱለት፡፡

ማጣቀሻ፡- **Divorce and Remarriage: A position Paper by John Piper July 21, 1986**

የከበረ ጊዜ በአንድነት — *በይቅርታ መኖር ቁልፍ ሦስት*

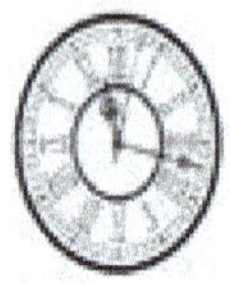

= የአንድነትን ሚስጥር መክፈት

የአንድነት የፀሎት ጊዜ

የማረጋገጫ ቃል

በይቅርታ የመኖር ትምህርት ጥናት

በዚህ ትምህርት ውስጥ ያጠናችኋቸውን ጥቅሶች ለወደፊቱ ተግባራዊ የምታደርጉአቸው እንዴት ነው? እኛ ኃጢአተኞች እንደምንሆን አውቆ ኢየሱስ አስቀድሞ በመስቀል ላይ ሞተ። እኛስ በተመሳሳይ መንገድ እንደ ባልና ሚስት የትዳር አጋራችንን ይቅር የምንለው እንዴት ነው? ይቅር በማለት ወደ ፊት ተራመዱ።

እንደ ትዳር አጋሮች ይቅር ስለማለት የሚናገሩ መጽሐፍ ቅዱሳዊ ጥቅሶችን ማወቃችሁ ለትዳራችሁ ምን ፋይዳ እንዳላቸው ጻፉ።

አንዱ ለሌላው መስጠት

ባል አገልጋይ መሪ ነው 1ቆሮንቶስ 11፥3

ሚስት ደጋፊ/ረዳት ናት 1ጴጥሮስ 3፥1-2

ሰብሮ ለማለፍ የሚያስችሉ 8 ቁልፎች

በጆ እና ስቴፋኒ ዴሞት

<u>ቁልፍ አራት፦ አብሮ ማደግ</u>

ሀ. ፀሎት የእግዚአብሔርን ልብ ለማወቅ ማድረግ የምትችሉት እጅግ በጣም አስፈላጊ ነገር ነው፡፡ መፀለይ ከእግዚአብሔር ጋር ያላችሁን ግንኙነት ያጠነክራል፡፡ የትዳር አጋራችንን ወይም ጓደኞቻችንን ለማወቅ ከእነርሱ ጋር እንነጋገራለን፡፡ ልባቸውን ለማዳመጥ እንማራለን፡፡ ያ አንዱ የምንፀልይበት ምክንያት ነው፡፡ ለዚህ ነው ከትዳር አጋራችሁ ጋር አብራችሁ የምትፀልዩበት ጊዜ አስፈላጊ የሆነው፡፡ የእግዚአብሔርን ልብ አብረን እንሰማለን፡፡ እንደ ሌሎች ግንኙነቶቻችን በአንድ ሥጋነታችን ጉዳይ ከእርሱ ልብ ጋር እንስማማለን፡፡ ፀሎት በሁሉም አቅጣጫ ላለን እድገት የጀርባ አጥንት ነው፡፡

ሮሜ 8፥26-29
«እንዲሁም ደግሞ መንፈስ ድካማችንን ያግዛል፤ እንዴት እንድንፀልይ እንደሚገባን አናውቅምና፥ ነገር ግን መንፈስ ራሱ በማይነገር መቃተት ይማልድልናል፤ ልባንም የሚመረምረው የመንፈስ አሳብ ምን እንደ ሆነ ያውቃል፥ እንደ እግዚአብሔር ፈቃድ ስለ ቅዱሳን ይማልዳልና፡፡ እግዚአብሔርንም ለሚወዱት እንደ አሳቡም ለተጠሩት ነገር ሁሉ ለበጎ እንዲደረግ እናውቃለን፡፡»

ለ. በየዕለቱ መፀለያችሁ ቅድሚያ የምትሰጡት ጉዳይ እንዲሆን ወስኑ፡፡ ለውጤታማ ኑሮ በዕለታዊ የተግባር ዝርዝራችሁ ውስጥ ቁጥር አንድ ልታደርጉት ይገባል፡፡

ሐ. የፀሎትን ሕይወት በምናዳብርበት ጊዜ የሚከተሉትን እንለማመዳለን፡፡

- መታዘዝ - ለመፀለይ ታዛዥ ሁኑ
- ራስን መግዛት - የማያቋርጥ የፀሎት ሕይወት
- ደስታ - በፀሎት አማካኝነት የድል ሕይወት

1. ተግዳሮቱ የማያቋርጥ ነው፡፡ ስለሆነም በየቀኑ የግልና ጋራ የፀሎት ጊዜ ይኑራችሁ፡፡
2. ጊዜ በመመደብ አጽንታችሁ ለመጠበቅ ጥረት አድርጉ፡፡ በየግል ፍላጎታችሁ ላይ አብራችሁ ለመፀለይ ራሳችሁን አስለምዱ፡፡ ለዚህም ምቹ ጊዜ መድቡ፡፡
3. ፀሎት የሕይወታችሁ ዘይቤ እየሆነ ሲመጣ በግንኙነታችሁ ደስታን ታገኛላችሁ፡፡

4. መፀለይ ካስባችሁ ባጭሩ ጀምሩ ለጥቂቱ ታማኞች ስትሆኑ እያደገ ይሄዳል፡፡ ፍቃዳችሁን ለፈቃዱ ማስገዛትን ተለማመዱ፡፡

ስትፀልዩ በውዳሴ አምልኩ፡፡ ውዳሴ ኃያል መሳሪያ ነው፡፡

መዝሙር 100፥4
«ወደ ደጆቹ በመገዛት፥ ወደ አደባባዮቹም በምስጋና ግቡ አመስግኑት፥ ስሙንም ባርኩ»

መ. ሁላችንም ከሕይወት ጫናዎቻችን ጋር በመንፈስ ልንመላለስ ይገባናል፡፡ አብራችሁ ለመፀለይ ጊዜ ውሰዱ፡፡ በትዳራችን ውስጥ የሚያጋጥሙንን በርካታ ጫናዎችና አለመግባባቶች መቋቋም እንችላለን፡፡ ያለማቋረጥ በመፀለይ እና የጌታን ድምፅ በማዳመጥ በመንፈስ ተመላለሱ፡፡

ፊሊጲስዩስ 4፥6
«ጌታ ቅርብ ነው። በነገር ሁሉ በጸሎትና በምልጃ ከምስጋና ጋር በእግዚአብሔር ዘንድ ልመናችሁን አስታውቁ እንጂ በአንዳች አትጨነቁ።»

ሠ. በአንድ ላይ ሆነን ስንፀልይ ጠላታችንን ድል የምንነሳበት ሙሉ ኃይል ይኖረናል፡፡ የእግዚአብሔር ቃል ከእግዚአብሔር በላይ ከፍ ከፍ ማለት የሚፈልገውን የጠላትን ጠንካራ ኃይል መጣል እንደምንችል ይናገራል፡፡ ይህ ጠንካቃል ኪዳን ነው፡፡ ጠላት በትዳራችን፣ በልጆቻችን፣ በጤናችን ወይም በኢኮኖሚያችን ላይ የሚወረውረውን ማንኛውንም ጥቃት ከእግዚአብሔር ጋር ማሸነፍ የምንችልበት ኃይል እናገኛለን፡፡

2ቆሮንቶስ 10፥4-5
«የጦር ዕቃችን ሥጋዊ አይደለምና፥ ምሽግን ለመስበር ግን በእግዚአብሔር ፊት ብርቱ ነው፤ የሰውንም አሳብ በእግዚአብሔርም እውቀት ላይ የሚነሳውን ከፍ ያለውን ነገር ሁሉ እናፈርሳለን ለክርስቶስም ለመታዘዝ አእምሮን ሁሉ እንማርካለን፥»

ረ. የራሳችንን ሳይሆን የእግዚአብሔርን ቃል እንፀልይ

ት. ኢሳይያስ 55፥11
«ከአፌ የሚወጣ ቃሌ እንዲሁ ይሆናል የምሻውን ያደርጋል የላክሁትንም ይፈጽማል እንጂ ወደ እኔ በከንቱ አይመለስም።»

ሰ. የባልና ሚስት አብሮ የመፀለይ ፍሬ፡-

1. ማውጣት፡- እንደ ባልና ሚስት አብራችሁ በመፀለያችሁ በአንድ ስጋነታችሁ፣ በቤተሰባችሁ እና ባላችሁበት ሁኔታ ሁሉ ላይ የመንፈስ ቅዱስን ኃይል ታወጣላችሁ፡፡ እግዚአብሔር ኃይሉን እንዲገልጥ ስትፀልዩ በሕይወታችሁ የእግዚአብሔር ቃል እውን ይሆናል፡፡
2. ድልነሺነት፡- እንደ ባልና ሚስት እናንተን የሚገዳደር ማንኛውንም ሁኔታ ማሸነፍ ትችላላችሁ፡፡ ድልን እስክትቀበሉ ድረስ ሳትነቃነቁ አብራችሁ ቁሙ፡፡
3. አንድነት፡- እንደ ባልና ሚስት በምትፀልዩበት ጊዜ በአንድነት ውስጥ ትሆናላችሁ፡፡ እርስ በእርሳችሁና ከእግዚአብሔር ጋር አንድነት ይኖረናል፡፡ እንደ ትዳር አጋሮች አንድ ሆናችሁ መቆም ስትችሉ በሁሉም ነገር ወደ ፊት መንቀሳቀስ ትችላላችሁ፡፡

ኢዮብ 1፥10
«እርሱንና ቤቱን በዙሪያውም ያሉትን ሁሉ አላጠርህለትምን? የእጁን ሥራ ባርከህለታል፥ ከብቱም በምድር ላይ በዝቶአል።»

ማቴዎስ 6፥9-13
«በሰማያት የምትኖር አባታችን ሆይ ስምህ ይቀደስ፤ መንግሥትህ ትምጣ፤ ፈቃድህ በሰማይ እንደ ሆነች እንዲሁም በምድር ትሁን፤ የዕለት እንጀራችንን ዛሬ ስጠን፤ እኛም ደግሞ የበደሉንን ይቅር እንደምንል በደላችንን ይቅር በለን፤ ከክፉም አድነን እንጂ ወደ ፈተና አታግባን፤ መንግሥት ያንተ ናትና ኃይልም ክብርም ለዘለዓለሙ፤ አሜን፡፡»

ማቴዎስ 18፥19-20
«ደግሞ እላችኋለሁ፥ ከእናንተ ሁለቱ በምድር በማናቸውም በሚለምኑት ነገር ሁሉ ቢስማሙ በሰማያት ካለው ከአባቴ ዘንድ ይደረግላቸዋል፡፡ ሁለት ወይም ሦስት በስሜ በሚሰበሰቡበት በዚያ በመካከላቸው እሆናለሁና፡፡»

ሸ. ወደ ስምምነት መምጣት ያለባችሁ ጥንድ ስለሆናችሁ ብቻ አይደለም፡፡ የእግዚአብሔርን ልብ ስለ ማግኘትና በውሳኔአችሁ ከአብ ፈቃድ ጋር አብራችሁ መፍሰስ እንድትችሉ ነው፡፡

1. እግዚአብሔር ስ ፍላጎታችን ግድ ይለዋል

መዝሙር 37፥4
«በእግዚአብሔር ደስ ይበልህ፥ የልብህንም መሻት ይሰጥሃል።»

2. በሦስት በተገመደው ገመድ ውስጥ እርሱ ሲኖር ውሳኔዎቻችን የተባረኩ ይሆናሉ፡፡

መክብብ 4፥12
«አንዱም አንዱን ቢያሸንፍ ሁለቱ በፊቱ ይቆማሉ በሦስትም የተገመደ ገመድ ፈጥኖ አይበጠስም።»

3. የጠላት ዕቅድ ከፋፍሎ ማጥቃት ነው፡፡ ነገር ግን ከእግዚአብሔር ዕቅድ ጋር በምንስማማበት ጊዜ ዕቅዱ አይሳካለትም፡፡ የእግዚአብሔር ፍቃድ እንድትበዙ ነው!!!

ሮሜ 8፥37
«በዚህ ሁሉ ግን በወደደን በእርሱ ከአሸናፊዎች እንበልጣለን።»

አሞፅ 3፥3
«በውኑ ሁለት ሰዎች ሳይስማሙ በአንድነት ይሄዳሉን?»

ቀ. በዓለም ወደ ስምምነት የምንመጣባቸው በርካታ መንገዶች አሉ፡፡ ስለሆነም በማንናውም ሁኔታ የእግዚአብሔርን ልብ ለማወቅ መፀለይ ቁልፍ ነገር ነው፡፡

1. እግዚአብሔር አያታልላችሁም፡፡ እርሱ መልስ አለው፡፡

2. እንደ ባልና ሚስት በአንድነት እርሱንና ፍቃዱን በመፈለግ ጊዜ ስትወስዱ ጌታ መልስ ይሰጣችኋል፡፡

3. ብዙ ጥንዶች ስለማይጠይቁ አይቀበሉም፡፡ እግዚአብሔር ለእነርሱ ጉዳይ መልስ የመስጠት ፍላጎት የለውም ብለው ያስባሉ፡፡ እርሱ ግን ይፈልጋል! እርሱ የሚፈልገው ከእርሱ ጋር ግንኙነት እንዲኖራችሁ ነው እንደዚህ ሲሆን እርሱ መንገዱን ሊያሳያችሁ ይችላል፡፡

4. ስምምነት የእኔ መንገድ ወይም ወደ ከተማ የሚወስድ ዋና መንገድ ወይም በጉዳዩ ላይ የላቀ እውቀት ላለውም አይደለም፡፡

5. ስምምነት የእግዚአብሔር ፍቃድ ነው፡፡

ያዕቆብ 4፥2-3
«ትመኛላችሁ ለእናንተም አይሆንም፤ ትገድላላችሁ በብርቱም ትፈልጋላችሁ፥ ልታገኙም አትችሉም፤ ትጣላላችሁ ትዋጉማላችሁ ነገር ግን አትለምኑምና ለእናንተ አይሆንም፤ ትለምናላችሁ፥ በምኞቶቻችሁም ትከፍሉ ዘንድ በክፉ ትለምናላችሁና አትቀበሉም፡፡»

 በ. ወደ ስምምነት ለመምጣት ባል የራስነቱን ሚና ማከናወን ያለበት እንዴት ነው?

1. እየተነጋገርን ባለው በአንድነት መጓዝ በሚለው ትምህርት ውስጥ ባል አሁንም የቤት ራስ ነው፡፡

2. ውሳኔ ከማድረግ አንጻር አሁንም የጋራ ስምምነት አለ፡፡

3. ባል እንደቤተሰቡ ራስ ጣምራ ተጠያቂነትን ይይዛል፡፡ ጥንዶች የእግዚአብሔርን ፍቃድ እስካላገኙ ድረስ ወደ ፊት መንቀሳቀስ እንደማይገባቸው ባል ያረጋግጣል፡፡ ጥንዶች በሰሙት ነገር መስማማታቸውን ባል ያረጋግጣል፡፡ ከጌታ ለሰሙት ነገር እርግጠኞች መሆን ያስፈልጋቸዋል፡፡ ከዚያም በአንድነት ወደ ፊት መንቀሳቀስ ይቻላል፡፡

4. የምትሰሙት ነገር ከቃሉ ጋር አብሮ መሄዱን እርግጠኞች ሁኑ፡፡

5. በውሳኔአችሁ ከእግዚአብሔር ማረጋገጫ ለማግኘት አዳምጡ ደግሞም ተመልከቱ፡፡

6. እግዚአብሔር የሚሻለውን ያውቃል፡፡ እናንተም ከእርሱ ጋር በመስማማታችሁ በቆይታ ውስጥ ደስተኞች ትሆናላችሁ፡፡

ዮሐንስ 10፥14
«መልካም እረኛ እኔ ነኝ፥ አብም እንደሚያውቀኝ እኔም አብን እንደማውቀው የራሴን በጎች አውቃለሁ የራሴም በጎች ያውቁኛል፤»

ልትፀልዩባቸው የወሰናችሁባቸውን ጉዳዮች ዝርዝር ጻፉ፡፡ መልሶቻችሁንም እየመዘገባችሁ ጌታ የሚላችሁን ተከታተሉ፡፡ የእግዚአብሔር ጊዜ ጉዳይ ስለሆነ ታጋሾች ሁኑ፡፡ ውሳኔ ለማድረግ የጊዜ ገደባችሁ ምን ያህል እንደሆነ ሰው ሊነግራችሁ እንደማይችል አስታውሱ፡፡ እግዚአብሔር ግን ያደርጋል! እርሱ ሊጥላችሁ አይፈልግም እርሱ በፍጹም አይዘገይም!

ወደ ስምምነት ስለምትመጡባቸው ጉዳዮች የጥቅምና ጉዳታቸውን ዝርዝር መያዝ ያስፈለግጋችሁ ይሆናል፡፡ አንዳንድ ጊዜ ከሁኔታው ወጣ ብሎ ስሜትን ማድመጥ ያስፈልጋል፡፡ ከዚህ በፊት ያላያችኋቸውን ነገሮች ለማየት ፈቃደኞች ሁኑ፡፡ ለመልሳችሁም ጌታን ብቻ መጠበቅ አትርሱ፡፡ ከእርሱ ጋር እና አንዳችሁ ከሌላችሁ ጋር መስማማታችሁንም እርግጠኞች ሁኑ፡፡ በምክንያት ወይም በስሜት የራሳችሁን መንገድ ለማግኘት አታስገድዱ፡፡

ልትፀልዩባቸው የወሰናችኋቸውን ነገሮች ዝርዝር ጻፉ

ተግባራዊ ምሳሌ:- ብዙ ጊዜ ለመፀለይ ስንነሳ ጠላት ውዥንብርን ማምጣቱ አይቀርም፡፡ አንዳንድ ጊዜ በጣም የረቀቀ ስለሚሆን ከጠላት መሆኑ አይታየንም፡፡ በእርግጥ አንዳንድ ጊዜ ከሥጋችንም ሊሆን ይችላል፡፡ ሆኖም የፀሎትን ጠቀሜታ መረዳት ይኖርብናል፡፡ እኛ ለመጀመሪያ ጊዜ አብረን መፀለይ ስንጀምር አንዳችን በሌላችን ፀሎት እንፈርድ ነበር፡፡ ደግሞም አንዳችን በሌላችን ፀሎት በቀላሉ እንበሳጭ ነበር፡፡ ፈውስና አንድነት የምናገኝበት ጠንካራ የፀሎት ጊዜ ያገኘነው በፀሎት ቋንቋ በመንፈስ መፀለይ በቻልን ጊዜ ነበር፡፡

ተ. በመንፈስ ቅዱስ መጠመቅ

1. በመንፈስ ቅዱስ ለመጠመቅ ማድረግ ያለባችሁ ነገር በመንፈሱ እንዲያጠምቃችሁ መጠየቅ ብቻ ነው፡፡ እናንተ በመንፈሱ መጠመቅ ስትፈልጉና ጌታን ስትጠይቁት እርሱ አትረፍርፎ ይሰጣችኋል፡፡ እስካሁን ድረስ የፀሎት ቋንቋችሁን ያልተቀበላችሁና በመንፈስ መፀለይ ያልጀመራችሁ ከሆነ በራሳችሁ አትፍረዱ፡፡ በመንፈስ ቅዱስ ስትጠመቁ የፀሎት ቋንቋችሁን ትቀበላላችሁ፡፡ ስለዚህ ጉዳይ የበለጠ መረዳት እንድትችሉ የሚረዱአችሁ ብዙ ትምህርቶች አሉ፡፡ ቀጥሎ የቀረቡትም ጥቅሶች እያልን ያለነውን ጉዳይ የበለጠ ያብራሩላችኋል፡፡

የሐሥራ 1፥4-7

«ከእነርሱም ጋር አብሮ ሳለ ከኢየሩሳሌም እንዳይወጡ አዘዛቸው፥ ነገር ግን ከእኔ የሰማችሁትን አብ የሰጠውን የተስፋ ቃል ጠብቁ፤ ዮሐንስ በውኃ አጥምቆ ነበርና፥ እናንተ ግን ከጥቂት ቀን በኋላ በመንፈስ ቅዱስ ትጠመቃላችሁ አለ፡፡ እነርሱም በተሰበሰቡ ጊዜ ጌታ ሆይ፥ በዚህ ወራት ለእስራኤል መንግሥትን ትመልሳለህን? ብለው ጠየቁት፡፡ እርሱም:- አብ በገዛ ሥልጣኑ ያደረገውን ወራትንና ዘመናትን ታውቁ ዘንድ ለእናንተ አልተሰጣችሁም፤»

የሐሥራ 2፥1-11

«በዓለ ኀምሳ የተባለውም ቀን በደረሰ ጊዜ፥ ሁሉም በአንድ ልብ ሆነው አብረው ሳሉ፥ ድንገት እንደሚነጥቅ ዓውሎ ነፋስ ከሰማይ ድምፅ መጣ፥ ተቀምጠው የነበሩበትንም ቤት ሁሉ ሞላው፡፡ እንደ እሳትም የተከፋፈሉ ልሳኖች ታዩአቸው፤ በያንዳንዳቸውም ላይ ተቀመጡባቸው፡፡ በሁሉም መንፈስ ቅዱስ ሞላባቸው፥ መንፈስም ይናገሩ ዘንድ እንደ ሰጣቸው በሌላ ልሳኖች ይናገሩ ጀመር፡፡ ከሰማይም በታች ካሉ ሕዝብ በጸሎት የተጉ አይሁድ በኢየሩሳሌም ይኖሩ ነበር፤ ይህም ድምፅ በሆነ ጊዜ ሕዝብ ሁሉ ተሰበሰቡ፥ እያንዳንዱም በገዛ ቋንቋው ሲናገሩ ይሰማ ነበር የሚሉትን አጡ፡፡ ተገርመውም እንዲህ አሉ፡፡ እነሆ፥ እነዚህ የሚናገሩት ሁሉ የገሊላ ሰዎች አይደሉምን? እኛም እያንዳንዳችን የተወለድንበትን የገዛ ቋንቋችንን እንዴት እንሰማለን? የጳርቴና የሜድ የኢላሜጤም ሰዎች፥ በሁለት ወንዝም መካከል በይሁዳም በቀጰዶቅያም በጳንጦስም በእስያም፥ በፍርግያም በጵንፍልያም በግብፅም በቀሬናም በኩል ባሉት በሊቢያ ወረዳዎች የምንኖር፥ በሮሜም የምንቀመጥ፥ አይሁድም ወደ ይሁዲነትም የገባን የቀርጤስና የዓረብ ሰዎች፥ የእግዚአብሔርን ታላቅ ሥራ በልሳኖቻችን ሲናገሩ እንሰማቸዋለን።»

1ቆሮንቶስ 14፥1-12

«ፍቅርን ተከታተሉ፥ መንፈሳዊ ስጦታንም ይልቁንም ትንቢት መናገርን በብርቱ ፈልጉ፡፡ በልሳን የሚናገርስ ለእግዚአብሔር እንጂ ለሰው አይናገርም፤ የሚያስተውለው የለምና፥ በመንፈስ ግን ምሥጢርን ይናገራል፤ ትንቢትን የሚናገር ግን ለማነጽና ለመምከር ለማጽናናትም ለሰው ይናገራል፡፡ በልሳን የሚናገር ራሱን ያንጻል፤ ትንቢትን የሚናገር ግን ማኅበሩን ያንጻል ሁላችሁ በልሳኖች ልትናገሩ እወድ ነበር፥ ትንቢትን ልትናገሩ ግን ከዚህ ይልቅ እወዳለሁ፤ ማኅበሩ ይታነጽ ዘንድ ንግግሩ ባይተረጎም በልሳኖች ከሚናገር ትንቢትን የሚናገር ይበልጣል፡፡ አሁን ግን፥ ወንድሞች ሆይ፥ ወደ እናንተ መጥቼ በልሳኖች ብናገር፥ በመግለጥ ወይም በእውቀት ወይም በትንቢት ወይም በትምህርት ካልነገርኋችሁ ምን እጠቅማችኋለሁ? ነፍስ የሌለበት ነገር እንኳ ዋሽንትም ክራርም ቢሆን ድምፅ ሲሰጥ የድምፁን ልዩነት ባይገልጥ በዋሽንት የሚነፋው ወይስ በክራር የሚመታው መዝሙር እንዴት ይታወቃል? ደግሞም መለከት የማይገለጥን ድምፅ ቢሰጥ ለጦርነት ማን ይዘጋጃል? እንዲሁ እናንተ ደግሞ የተገለጠውን ቃል በአንደበት ባትናገሩ ሰዎች የምትናገሩትን እንዴት አድርገው ያስተውሉታል? ለነፋስ የምትናገሩ ትሆናላችሁና። በዓለም ምናልባት ቁጥር የሌለው የቋንቋ ዓይነት ይኖራል ቋንቋም የሌለው ሕዝብ የለም፤ እንግዲህ የቋንቋውን ፍች ባላውቅ ለሚናገረው እንግዳ እሆናለሁ፥ የሚናገረውም ለእኔ እንግዳ ይሆናል። እንዲሁ ደግሞ እናንተ መንፈሳዊ ስጦታን በብርቱ የምትፈልጉ ከሆናችሁ ቤተ ክርስቲያንን ለማነጽ እንዲበዛላችሁ ፈልጉ።»

1ቆሮንቶስ 14፥13-17

«ስለዚህ በልሳን የሚናገር እንዲተረጉም ይፀልይ፡፡ በልሳን ብጸልይ መንፈሴ ይፀልያል አእምሮዬ ግን ያለ ፍሬ ነው፡፡ እንግዲህ ምንድር ነው? በመንፈስ እጸልያለሁ በአእምሮም ደግሞ እጸልያለሁ፤ በመንፈስ እዘምራለሁ በአእምሮም ደግሞ እዘምራለሁ። እንዲያማ ካልሆነ፥ አንተ በመንፈስ ብትባርክ ባልተማሩት ስፍራ የተቀመጠው የምትለውን ካላወቀ እንዴት አድርጎ ለምስጋናህ አሜን ይላል? አንተማ መልካም ታመሰግናለህ፥ ሌላው ግን አይታነጽበትም።»

1ቆሮንቶስ 14፥18-25
«ከሁላችሁ ልቅ በልሳኖች እናገራለሁና እግዚአብሔርን አመሰግናለሁ፤ ነገር ግን ሌሎችን ደግሞ አስተምር ዘንድ በማኅበር እልፍ ቃላት በልሳን ከመናገር ይልቅ አምስት ቃላት በአእምሮዬ ልናገር እወዳለሁ:: ወንድሞች ሆይ፥ በአእምሮ ሕፃናት አትሁኑ፤ ለክፋት ነገር ሕፃናት ሁኑ እንጂ በአእምሮ የበሰሉ ሁኑ። ሌሎችን ልሳኖች በሚናገሩ ሰዎችና በሌላ አንደበት ለዚህ ሕዝብ እነግራቸዋለሁ፥ እንዲህም ቢሆን አይሰሙኝም ይላል ጌታ ተብሎ በሕግ ተጽፎአል። እንግዲያስ በልሳኖች መናገር ለማያምኑ ምልክት ነው እንጂ ለሚያምኑ አይደለም፥ ትንቢት ግን ለሚያምኑ እንጂ ለማያምኑ አይደለም። እንግዲህ ማኅበር ሁሉ አብረው ቢሰበሰቡ ሁሉም በልሳኖች ቢናገሩና ያልተማሩ ወይም የማያምኑ ሰዎች ቢገቡ። አብደዋል አይሉምን? ሁሉ ትንቢት ቢናገሩ ግን የማያምን ወይም ያልተማረ ሰው ቢገባ በሁሉ ይወቀሳል፥ በሁሉም ይመረመራል፤ በልቡም የተሰወረ ይገለጣል እንዲሁም። እግዚአብሔር በእውነት በመካከላቸው ነው ብሎ እየተናገረ በፊቱ ወድቆ ለእግዚአ ብሔር ይሰግዳል።

ተግባራዊ ምሳሌ:- በእኛ ልምምድ በአንድነት መፀለያችን ለፈውስ ሂደታችን እጅግ በጣም አስፈላጊው ክፍል ነው:: ለእኛ በመንፈስ (በልሳን) መፀለያችን ፍሬአማ መሆን ነበር:: በአንድ ወቅት በትዳራችን እጅግ ቆስለን ነበር በዚያን ጊዜ አንዳችን በሌላችን ሳንበሳጭ በራሳችን ቋንቋ በእንግሊዘኛ መፀለይ አልቻልንም ነበር:: በመንፈስ በምንፀልይበት ጊዜ አእምሮአችን ፍሬአማ አይሆንም

1ቆሮንቶስ 14፥14 «*በልሳን ብጸልይ መንፈሴ ይጸልያል አእምሮዬ ግን ያለ ፍሬ ነው።*» እግዚአብሔር ትዳራችንን ለመፈወስ ከተጠቀመባቸው መሳሪያዎች ውስጥ አንዱ በመንፈስ መጸለይ ነበር:: ትዳራችሁ ፈውስ ቢያስፈልገውም ባያስፈልገውም በአንድነት አብራችሁ መፀለያችሁ ልታደርጉአቸው ከምትችሉአቸው እጅግ በጣም ጠቃሚ ነገሮች መካከል አንዱ ነው::

2. የመንፈስ ቅዱስን ጥምቀት መቀበል የሚመሠረተው በእምነታችሁ ትልቅነትና በመንፈሳዊነታችሁ ላይ አይደለም:: እንደ እውነቱ ከሆነ በልሳን በመናገራችሁ እግዚአብሔር የበለጠ አይወዳችሁም:: ስለጠየቃችሁት የሚሰጣችሁ የእርሱ ስጦታ ነው:: በእኩለ ሌሊት በፀጥታ በሚፀልዩበት ጊዜ ይህንን ሥጦታ የተቀበሉ ሰዎችን እናውቃለን:: ሰዎች እጃቸውን ጭነው በሚፀልዩላቸው ጊዜ የመንፈስ ቅዱስን ጥምቀት የተቀበሉ ሰዎችን አይተናል:: ለ25 ዓመታት ለመንፈስ ቅዱስ ጥምቀት የፀለይችንም ሴት አይተናል:: ይህች ሴት ለመንፈስ ቅዱስ ሙላት እጇን ጭኖ በፀለየላት ሰው የተጎዳች ነበረች:: የፀሎት ቋንቋዋንም አልተቀበለችም ነበር:: በዚህም ምክንያት ራሷን ዋጋ ቢስ እንደሆነች ትቆጥር ነበር:: ይህች ሴት ከ25 ዓመታት በኋላ በዚያ በጎዳት ሰው ላይ እጇን ጭና ከበሽታው እንዲፈወስ ፀለይችለት:: እየፀለይችለት ሳለም በልሳን መናገር እንደጀመረች ነገረችን! ስጦች ከዚያም ተቀበለች::

   ሀ. እግዚአብሔር ስትጠይቁት ይሰጣችኋል

   ለ. ይህ የደህንነት ጉዳይ አይደለም

   ሐ. በልሳን መናገር በቤ/ክርስቲያን ውስጥ መከፋፈልን ኣመጣም

ቸ. ታላቁ ሥጦታ

1ቆሮንቶስ 13፥1-8
«በሰዎችና በመላእክት ልሳን ብናገር ፍቅር ግን ከሌለኝ እንደሚጮኽ ናስ ወይም እንደሚንሸዋሸዋ ጸናጽል ሆኜአለሁ። ትንቢትም ቢኖረኝ ምሥጢርንም ሁሉና እውቀትን ሁሉ ባውቅ፥ ተራሮችንም እስካፈልስ ድረስ እምነት ሁሉ ቢኖረኝ ፍቅር ግን ከሌለኝ ከንቱ ነኝ። ድሆችንም ልመግብ ያለኝን ሁሉ ባካፍል፥ ሥጋዬንም ለእሳት መቃጠል አሳልፌ ብሰጥ ፍቅር ግን ከሌለኝ ምንም አይጠቅመኝም። ፍቅር ይታገሣል፥ ቸርነትንም ያደርጋል፤ ፍቅር አይቀናም፤ ፍቅር አይመካም፥ አይታበይም፤ የማይገባውን አያደርግም፥ የራሱንም አይፈልግም፥ አይበሳጭም፥ በደልን አይቆጥርም፤ ከእውነት ጋር ደስ ይለዋል እንጂ ስለ ዓመፃ ደስ አይለውም፤ ሁሉን ይታገሣል፥ ሁሉን ያምናል፥ ሁሉን ተስፋ ያደርጋል፥ በሁሉ ይጸናል። ፍቅር ለዘወትር አይወድቅም፤ ትንቢት ቢሆን ግን ይሻራል፤ ልሳኖች ቢሆኑ ይቀራሉ፤ እውቀትም ቢሆን ይሻራል።»

ፍቅር ታላቅ ስጦታ ነው:: ትልቁ ስጦታችን ፍቅር መሆኑን ስናስታውስ ለመንፈስ ቅዱስ ጥምቀትና ለመንፈስ ቅዱስ ስጦታዎች እንፀልያለን::

ኀ. የመንፈስ ቅዱስ ፍሬ ለትዳራችንም አስፈላጊ ነው፡፡

ገላትያ 5፥22-23
«የመንፈስ ፍሬ ግን ፍቅር፥ ደስታ፥ ሰላም፥ ትዕግሥት፥ ቸርነት፥ በጎነት፥ እምነት፥ የውሃት፥ ራስን መግዛት ነው። እንደዚህ ያሉትን የሚከለክል ሕግ የለም።»

ሀ. ፍቅር
ሐ. ሰላም
ሠ. ቸርነት
ሰ. እምነት
ቀ. ራስን መግዛት
ለ. ደስታ
መ. ትዕግሥት
ረ. በጎነት
ሸ. የዋህነት

እግዚአብሔር በትዳር አጋራችሁ ሕይወት ውስጥ የመንፈስ ቅዱስን ፍሬ እንዲገልጥ ፍቀዱለት፡፡ የመንፈስ ፍሬ ተቆጣጣሪ ከመሆን ራሳችሁን ጠብቁ፡፡

ነ. ከትዳር አጋራችሁ ጋር ትልቅ የፀሎት ሕይወት የማግኘታችሁ አንደኛውና ትልቁ ጥቅም መንፈሳዊ ውሳኔ መወሰን ማስቻሉ ብቻ ሳይሆን መናፍስትን መለየት እንድትችሉ ማድረጉም ነው፡፡ ጌታ ማን መሆኑን ስታውቁ በእርግጥ እንድትለዩ ይነግራችኋል!

1ዮሐንስ 4፥1-3
«ወዳጆች ሆይ፥ መንፈስን ሁሉ አትመኑ፥ ነገር ግን መናፍስት ከእግዚአብሔር ሆነው እንደ ሆነ መርምሩ፤ ብዙዎች ሐሰተኞች ነቢያት ወደ ዓለም ወጥተዋልና። የእግዚአብሔርን መንፈስ በዚህ ታውቃላችሁ፤ ኢየሱስ ክርስቶስ በሥጋ እንደ መጣ የሚታመን መንፈስ ሁሉ ከእግዚአብሔር ነው፥ ኢየሱስ ክርስቶስም በሥጋ እንደ መጣ የማይታመን መንፈስ ሁሉ ከእግዚአብሔር አይደለም፤ ይህም የክርስቶስ ተቃዋሚው መንፈስ ነው፤ ይህም እንዲመጣ ሰምታችኋል፥ አሁንም እንኳ በዓለም አለ።»

1. መለየት በጣም አስፈላጊ የሆነው ለምንድን ነው? በዚህ ጉዳይ ላይ አንዳንድ ጊዜ የተሳሳተ ግንዛቤ ያላቸው ክርስቲያኖች ምክር ሊሰጡአችሁ ይፈልጋሉ፡፡ አንዳንድ ጊዜ እነዚህ ሰዎች ለየግላችሁ ወይም በጋራ ለሁለታችሁም ትንቢታዊ ቃል እንደተቀበሉላችሁ ይሰማቸዋል፡፡ ስለሆነም ያንን ቃል ከጌታ እንደተቀበሉት አድርገው ሊነግሩአችሁ ይችላሉ፡፡ ምናልባት በትክክል ከጌታ ሊሆን ይችላል፡፡ ምናልባት ቃሉን ያመጣላችሁ ሰው በጣም የምታከብሩት ሰው ሊሆን ይችላል፡፡ ምንም ይሁን ምን «መንፈስን መርምሩ»፡፡ በአብዛኛው የሚሰጣችሁ ትንቢታዊ ቃል በውስጣችሁ የምታውቁትን ወይም የሚሰማችሁን ነገር የሚያረጋግጥ ነው፡፡

   ሀ. የተሰጣችሁ ምክር ወይም ቃል ከእግዚአብሔር ቃል ጋር የሚስማማ ነውን?
   ለ. እግዚአብሔር ለእናንተ እንደነገራችሁ ለተሰማችሁ ነገር ማረጋገጫ ነውን?
   ሐ. በማንኛውም መንገድ ከአካላችሁ ወይም ከትዳር አጋራችሁ ጋር መከፋፈል የሚፈጥርባችሁ ነውን?
   መ. በጋራ ሆናችሁ ስትፀልዩ ማረጋገጫ አግኝታችሁበታልን?
   እንደ ትዳር አጋሮች እነዚህን ጥያቄዎች መመለስ ከቻላችሁ «መናፍስትን እየመረመራችሁ» ነው፡፡

ኘ. ልታስታውሷቸው የሚገቡ መሠረታዊ ነገሮች አሉ፡፡ በአንድነት ልትከተሉአቸው ከቻላችሁ፤ የፀሎት ሕይወታችሁና ችሎታችሁ የበለጠ ውጤታማ ይሆናል፡፡

   ሀ. የምትፀልዩት ለአጭርም ይሁን ለረጅም ጊዜ ቢሆን አታቋርጡ፡፡ በአንድ ቦታ የጀምራችሁትን ጠብቁት፡፡
   ለ. በመንፈስ መፀለይ ለትዳራችሁና ለትዳር አጋራችሁ የእግዚአብሔርን ልብ ለመፈለግ ትልቅ መንገድ ነው፡፡
   ሐ. በስምምነት መፀለይ ከጀመራችሁ በኋላ እርስ በርሳችሁ እስካልተነጋገራችሁ ድረስ ስምምነታችሁን አታፍርሱ፡፡ የተለወጠ ነገር እንደሌለ እርግጠኞች ሁኑ፡፡ በተስማማችሁበት ነገር ላይ ግር አለመሰኘታችሁን እርግጠኞች ሁኑ፡፡
   መ ከእግዚአብሔር ልብና ከእግዚአብሔር ቃል ብቻ ስሙ፡፡ የእናንተ ወይም የሌሎች አሳብ ብዙ እጠቅማችሁም፡፡

አሁን የፀሎት ጥያቄዎቻችሁን በዝርዝር ጻፉ፡፡ እንደገና ትዕግስተኞች ሁኑ፡፡ እንደ ግለሰብ የሚያስፈልጋችሁ ምንድን ነው? እንደ ጥንዶችስ ምን ያስፈልጋችኋል? ለሌሎች በአንድነት ለመፀለይ ጊዜ ውሰዱ፡፡

ማጠቃለያ፡- ፀሎት በእግዚአብሔርና በሰው እንደዚሁም በባልና ሚስት መካከል ጤናማ ግንኙነትን ይገነባል፡፡ ፀሎት እጅግ አስፈላጊ የጋብቻ መሠረት ነው፡፡ ፀሎት ለሕይወት ውሳኔዎቻችን አቅጣጫ ያሳየናል፡፡ ፀሎት በቤታችን እና በግንኙነታችን ውስጥ ሰላም ያመጣል፡፡
ጾም ኃይለኛ የጦር መሳሪያ ነው

ት. ኢሳይያስ 58፥1-14
«በኃይልህ ጩኽ፥ አትቈጥብ፥ ድምፅህን እንደ መለከት አንሣ፥ ለሕዝቤ መተላለፋቸውን ለያዕቆብ ቤትም ኃጢአታቸውን ንገር። ነገር ግን ዕለት ዕለት ይሹኛል መንገዴንም ያውቁ ዘንድ ይወድዳሉ ጽድቅን እንዳደረጉ የአምላካቸውንም ፍርድ እንዳልተዉ ሕዝብ እውነተኛውን ፍርድ ይለምኑኛል፥ ወደ እግዚአብሔርም ለመቅረብ ይወድዳሉ። ስለ ምን ጾምን፥ አንተም አልተመለከትኸንም? ሰውነታችንንስ ስለ ምን አዋረድን፥ አንተም አላወቅህም? ይላሉ። እነሆ፥ በጾማችሁ ቀን ፈቃዳችሁን ታደርጋላችሁ፥ ሠራተኞቻችሁንም ሁሉ ታስጨንቃላችሁ። እነሆ፥ ለጥልና ለክርክር ትጾማላችሁ በግፍ ጡጫም ትማታላችሁ ድምፃችሁንም ወደ ላይ ታሰሙ ዘንድ ዛሬ እንደምትጾሙት አትጾሙም። እኔ የመረጥሁት ጾም ይህ ነውን? ሰውስ ነፍሱን የሚያዋርደው እንደዚህ ባለ ቀን ነውን? በውኑ ራሱን እንደ እንግጫ ዝቅ ያደርግ ዘንድ ማቅንና አመድንም በበታቹ ያነጥፍ ዘንድ ነውን? በውኑ ይህን ጾም፥ በእግዚአብሔርም ዘንድ የተወደደ ቀን ትለዋለህን? እኔስ የመረጥሁት ጾም ይህ አይደለምን? የበደልን እስራት ትፈቱ ዘንድ፥ የቀንበርንስ ጠፍር ትለቅቁ ዘንድ፥ የተገፉትንስ አርነት ትሰድዱ ዘንድ፥ ቀንበሩንስ ሁሉ ትሰብሩ ዘንድ አይደለምን? እንጀራህንስ ለተራበ ትቈርስ ዘንድ፥ ስደተኞቹን ድሆች ወደ ቤትህ ታገባ ዘንድ፥ የተራቈተውንስ ብታይ ታለብሰው ዘንድ፥ ከሥጋ ዘምድህ እንዳትሸሸግ አይደለምን? የዚያን ጊዜ ብርሃንህ እንደ ንጋት ይበራል፥ ፈውስህም ፈጥኖ ይበቅላል፥ ጽድቅህም በፊትህ ይሄዳል፥ የእግዚአብሔርም ክብር በኋላህ ሆኖ ይጠብቅሃል፡፡ የዚያን ጊዜ ትጠራለህ እግዚአብሔርም ይሰማሃል ትጮኻለህ እርሱም፡- እነሆኝ ይላል። ከመካከልህ ቀንበርን ብታርቅ፥ ጣትህንም መጥቀስ ብትተው፥ ባታንጐራጕርም፥ ነፍስህንም ለተራበ ብታፈስስ፥ የተጨነቀውንም ነፍስ ብታጠግብ፥ ብርሃንህ በጨለማ ይወጣል ጨለማህም እንደ ቀትር ይሆናል። እግዚአብሔርም ሁልጊዜ ይመራሃል ነፍስህንም በመልካም ነገር ያጠግባል አጥንትህንም ያጠናል አንተም እንደሚጠጣ ገነት፥ ውኃውም እንደማያቋርጥ ምንጭ ትሆናለህ። ከዱሮ ዘመን የፈረሱት ስፍራዎች ይሠራሉ፥ የብዙ ትውልድም መሠረት ይታነጻል አንተም። ሰባራውን ጠጋኝ፥ የመኖሪያ መንገድን አዳሽ ትባላለህ። ፈቃድህን በተቀደሰው ቀኔ ከማድረግ እግርህን ከሰንበት ብትመልስ፥ ሰንበትንም ደስታ፥ እግዚአብሔርም የቀደሰውን ክቡር ብትለው፥ የገዛ መንገድህንም ከማድረግ ፈቃድህንም ከማግኘት ከንቱ ነገርንም ከመናገር ተከልክለህ ብታከብረው፥ በዚያን ጊዜ በእግዚአብሔር ደስ ይልሃል፥ በምድርም ከፍታዎች ላይ አወጣሃለሁ፥ የአባትህንም የያዕቆብን ርስት አበላሃለሁ የእግዚአብሔር አፍ ተናግሮአልና።»

የቃሉ ጥናት

ማርቆስ 9፥29

«እርሱም መልሶ:- የማታምን ትውልድ ሆይ፥ እስከመቼ ከእናንተ ጋር እኖራለሁ? እስከ መቼስ እታገሣችኋለሁ? ወደ እኔ አምጡት አላቸው።»

ምሳሌ 31፥8-9

«አፍህን ስለ ዲዳው ክፈት፥ ተስፋ ስለሌላቸውም ሁሉ ተፋረድ፡፡ አፍህን ክፈት፥ በእውነትም ፍረድ ለድሃና ለምስኪን ፍረድ፡፡»

ሉቃስ 4፥17-19

«የነቢዩንም የኢሳይያስን መጽሐፍ ሰጡት፥ መጽሐፉንም በተረተረ ጊዜ። የጌታ መንፈስ በእኔ ላይ ነው፥ ለድሆች ወንጌልን እሰብክ ዘንድ ቀብቶኛልና፤ ለታሰሩትም መፈታትን ለዕውሮችም ማየትን እሰብክ ዘንድ፥ የተጠቁትንም ነጻ አወጣ ዘንድ የተወደደችውንም የጌታን ዓመት እሰብክ ዘንድ ልኮኛል ተብሎ የተጻፈበትን ስፍራ አገኘ።

ለመፀለይ ጊዜ እንደምትወስዱ እርስ በእርስ ለመደማመጥም ጊዜ ይኑራችሁ፡፡ እርስ በእርሳችሁ ተነጋገሩ ደግሞም መልካም ወይም መጥፎ ስሜቶቻችሁን ተከፋፈሉ፡፡ ስለ ትዳር አጋራችሁ የበለጠ ተማሩ፡፡ አንዳችሁ ከሌላችሁ ጋር ስለሁሉም ነገር ለመነጋገር ፍቃደኞች ሁኑ፡፡ ድምፅ ያላቸውን ነገሮች ሁሉ ቴሌቪዥን፣ ሬዲዮን፣ ሙዚቃና መሳሰሉትን ሁሉ ዘግታችሁ በእውነተኛ ልብ ተደማመጡ፡፡ ስለ እግዚአብሔር ቃል እና እንዴትም እንደምትረዱት ተነጋገሩ፡፡ ስለ ቤተሰባችሁና ስለሚያስፈልጉአቸው ነገሮች ተነጋገሩ፡፡ በዚህ መንገድ እውነተኛ ተግባቦት መፍጠርን እየተማራችሁ ሳለ አንዳችሁ የሌላችሁን ልብ የበለጠ ማወቅ ትጀምራላችሁ፡፡

የከበረ ጊዜ በአንድነት

በአንድነት ማደግ ቁልፍ አራት

= የአንድነትን ሚስጥር መክፈት

የአብሮነት የፀሎት ጊዜ

የማረጋገጫ ቃል

በፀሎት አብሮ የማደግ ጥናት
የአብሮነት የፀሎት ጊዜያችንን እግዚአብሔር ይባርካል። በየቀኑ አጭርና ቀጣይነት ያለው ፀሎት ጀምሩ፡ ፡ ጌታ ወደ ረጅም የፀሎት ጊዜ ያመጣችኋል። የፀሎት መልሶቻችሁን ጻፉ። የፀሎት ደብተር ይኑራችሁ።

እንደ ትዳር ጥንዶች ፀሎት ለትዳራችሁ ምን ማለት እንደሆነ ከዚህ በታች ጻፉ።

አንዱ ለሌላው መስጠት

ሚስት ባልዋን ታከብራለች ኤፌሶን 5፥33

ባል ሚስቱን ይወዳል ኤፌሶን 5፥25

ሰብሮ ለማለፍ የሚያስችሉ 8 ቁልፎች

በጆ እና ስቴፋኒ ዴሞት

MISSIONARIES 2 MARRIAGES

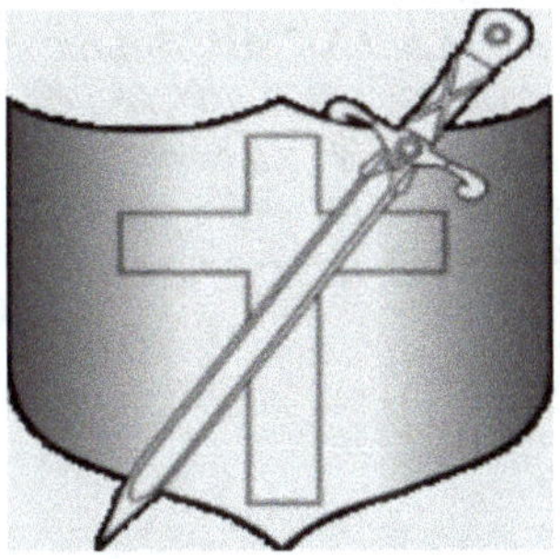

ቁልፍ አምስት፡- የድል ኑሮ

ሀ. ለትዳራችን እና ለቤተሰባችን ስለመዋጋት ስንነጋገር እናንተን ባለትዳሮችን ልናበረታታችሁ እንወዳለን፡፡ አብራችሁ መዋጋት እንደሚያስፈልጋችሁ መረዳት ይኖርባችኋል፡፡ በመንፈስ መዋጋት ማለት በእግዚአብሔር ቃል መቆምና በእርሱ አመራር መፀለይ ማለት ነው፡፡ ሁላችንም የየራሳችን የፀሎት ሕይወት እንዳለን የተረጋገጠ ነው፡፡ በሚኖረንም የግል ፀሎት በመንፈስ ሰይጣንን የምንዋጋበት ጊዜ አለን፡፡ ነገር ግን በስኬታማ መንገድ ዲያቢሎስን ድል ለማድረግ ባልና ሚስት አንድ ሥጋ የሆኑ ተጣማጆች (team) ሊሆኑ ይገባል፡፡ አንድ ሥጋ ሆኖ መዋጋት ማለት ባልና ሚስት እንደ አንድ ሆነን ከጌታ ጋር መነጋገር መቻል ማለት ነው፡፡ በአንድነት እግዚአብሔር ያሳየንን ነገር በመነጋገር መፀለይ እና ዲያቢሎስን መዋጋት መቻል ማለትም ነው፡፡ እኛ በቤተሰባችን ላይ ጠላት የሚያመጣውን ተግዳሮት የምናቆም ነን፡፡ በአንድነት ሆነን ስንዋጋ ከመንፈስ ቅዱስ የተሰጠን ኃይል ይጨምራል ስለሆነም ድል አድራጊዎች እንሆናለን፡፡ ጠላትን ለመግጠም ብቸኛው መንገድ ይሄ ነው ማለት አይቻልም ሆኖም ብቸኛ የሆነውና ያለማቋረጥ የሚሠራው የእግዚአብሔር ቃል ነው፡፡ ስለሆነም ስለሁሉም ነገር የእግዚአብሔርን ቃል እንድታጠኑ እናበረታታችኋለን፡፡ ማንኛውንም ጦርነት እንድትገጥሙና እንድታሸንፉ ከጌታ የተሰጣችሁ ኃይል በእናንተ ውስጥ መኖሩን እወቁ፡፡ የእግዚአብሔር ቃል በማንኛውም ሁኔታ ውስጥ ሕያው ነው፡፡ ደግሞም መንፈስ ቅዱስ የምትዋጉበትንና ድል የምታደርጉ በትን ስልት ይሰጣችኋል፡፡

ዘሌዋውያን 26፥8
«ከእናንተም አምስቱ መቶውን ያሳድዳሉ፥ መቶውም አሥሩን ሺህ ያሳድዳሉ ጠላቶቻችሁም በፊታችሁ በሰይፍ ይወድቃሉ።»

ለ. በአንድነት ስትሆኑ ብዙ ኃይል ይኖራችኋል፡፡ እግዚአብሔር ለአዳም ብቻውን ዔደን ገነትን እንዲጠብቅ ነገረው ከሔዋን ጋር ደግሞ «ግዙ!» አላቸው፡፡ አንድ ሥጋ ስንሆን እኛ 1 + 1 ሳይሆን 1 x 1 በመሆን ኃይላችንን የምናበዛ ነን፡፡ የህም መለኮታዊ ነው!!!!

ዘፍጥረት 1፥28
«እግዚአብሔርም ባረካቸው፥ እንዲህም አላቸው፡- ብዙ፥ ተባዙ፥ ምድርንም ሙሉአት፥ ግዙአትም የባሕርን ዓሦችና የሰማይን ወፎች በምድር ላይ የሚንቀሳቀሱትንም ሁሉ ግዙአቸው።»

ዘዳግም 20፥1-20
ውጊያው የሚመራባቸው መርሆዎች
«ጠላቶችህን ለመውጋት በወጣህ ጊዜ፥ ፈረሶችንና ሰረገሎችን ሕዝቡንም ከአንተ ይልቅ በዝተው ባየህ ጊዜ፥ ከግብፅ አገር ያወጣህ አምላክህ እግዚአብሔር ከአንተ ጋር ነውና አትፍራቸው። ወደ ሰልፍም በቀረባችሁ ጊዜ ካህኑ ይቅረብ ለሕዝቡም እንዲህ ብሎ ይንገራቸው። እስራኤል ሆይ፥ ስሙ ዛሬ ጠላቶቻችሁን ለመውጋት ትቀርባላችሁ ልባችሁ አይታወክ፥ አትፍሩ፥ አትንቀጥቀጡ፥ በፊታቸውም አትደንግጡ ከእናንተ ጋር የሚሄድ፥ ያድናችሁም ዘንድ ጠላቶቻችሁን ስለ እናንተ የሚወጋ አምላካችሁ እግዚአብሔር ነውና። አለቆችም ለሕዝቡ እንዲህ ብለው ይናገሩ። አዲስ ቤት ሠርቶ ያላስመረቀ ሰው ቢኖር በሰልፍ እንዳይሞት ሌላም ሰው እንዳያስመርቀው ወደ ቤቱ ተመልሶ ይሂድ። ወይንም ተክሎ ፍሬውንም ያልበላ ሰው ቢኖር በሰልፍ እንዳይሞት ሌላም ሰው ፍሬውን እንዳይበላ ወደ ቤቱ ተመልሶ ይሂድ። ሚስትም አጭቶ ያላገባትም ሰው ቢኖር በሰልፍ እንዳይሞት ሌላም

ሰው እንዳያገባት ወደ ቤቱ ተመልሶ ይሂድ። አለቆቹም ደግሞ ጨምረው። ማንም ፈሪና ድንጉጥ ሰው ቢሆን እርሱ ፈርቶ የወንድሞቹን ልብ ደግሞ እንዳያስፈራ ወደ ቤቱ ተመልሶ ይሂድ ብለው ለሕዝቡ ይናገሩ። አለቆቹም ለሕዝቡ ነግረው በጨረሱ ጊዜ በየጭፍራው በሕዝቡ ላይ የጦር አለቆችን ይሹሙ። ለመዋጋት ወደ አንዲት ከተማ በደረስህ ጊዜ አስቀድመህ በዕርቅ ቃል ጥራቸው። የዕርቅ ቃልም ቢመልሱልህ ደጅም ቢከፍቱልህ፥ በከተማ ውስጥ ያለው ሕዝብ ሁሉ ይገብሩልህ ያገልግሉህም። የዕርቅ ቃልም ባይመልሱልህ ከአንተም ጋር መዋጋት ቢወድዱ፥ አንተ ከተማይቱን ትከብባለህ ታስጨንቃትማለህ አምላክህም እግዚአብሔር በእጅህ አሳልፎ በሰጣት ጊዜ፥ በእርስዋ ያሉትን ወንዶች ሁሉ በሰይፍ ስለት ትገድላቸዋለህ ነገር ግን ሴቶቹንና ሕፃናትን እንስሶቹንም በከተማይቱም ያለውን ምርኮ ሁሉ በዝብዘህ ለአንተ ትወስዳለህ አምላክህም እግዚአብሔር የሚሰጥህን የጠላቶችህን ምርኮ ትበላለህ። የእነዚህ አሕዛብ ከተሞች ባይደሉት ከአንተ እጅግ በራቁት ከተሞች ሁሉ እንዲሁ ታደርጋለህ። ነገር ግን አምላክህ እግዚአብሔር ርስት አድርጎ ከሚሰጥህ ከእነዚህ አሕዛብ ከተሞች ምንም ነፍስ አታድንም። ነገር ግን ለአማልክቶቻቸው ያደረጉትን ርኵሰት ሁሉ ታደርጉ ዘንድ እንዳያስተምሩአችሁ፥ በአምላካችሁም በእግዚአብሔር ላይ ኃጢአት እንዳትሠሩ፥ አምላክህ እግዚአብሔር እንዳዘዘህ ኬጢያዊውን አሞራዊውንም ከነዓናዊውንም ፌርዛዊውንም ኤዊያዊውንም ኢያቡሳዊውንም ፈጽመህ ታጠፋቸዋለህ። ከተማይቱን ለመውሰድ በመውጋት ብዙ ቀን ከብበህ ባስጨነቅሃት ጊዜ፥ ምሳርህን አንሥተህ ዛፎችዋን አትቍረጥ ከእነርሱ ትበላለህና አትቍረጣቸው ከብበህ የምታጠፋው የምድር ዛፍ ሰው መሆኑ ነውን? ለመብል የማይሆኑትን የምታውቃቸውን ዛፎች ታጠፋቸዋለህ፥ ትቈርጣቸውማለህ እስኪታሸንፋትም ድረስ በምትዋጋህ ከተማ ላይ ምሽግ ትመሽጋለህ፡፡»

ከዚህ በላይ ባነበባችሁት የመጽሐፍ ቅዱስ ክፍል ምን አይነት የውጊያ ስልት አገኛችሁ?

ሐ. ትዳራችን እና ቤተሰባችን ብርቱ ጦርነት እንዳለበት ልንገነዘብ ይገባል፡፡ እግዚአብሔር ጦረኞች እንድንሆን ጠርቶናል፡፡ ስለሆነም የሚመጣውን ትውልድና አሁን ያለውን ቤተሰባችንን ማጥፋት የሚፈልጉትንና የሚተጉትን ገዢ መናፍስቶች ልንዋጋቸው ያስፈልጋል፡፡ ስለ ቤታችን በምናደርገው ውጊያ ከላይ ካነበብነው ቃል ጋር ተመሳሳይ የሆነ ቅንዓትና መሰጠት እንዲኖረን ይፈልጋል፡፡

መዝሙር 144፥1
« ለእጆቼ ሰልፍን፥ ለጣቶቼም ዘመቻን የሚያስተምር እግዚአብሔር አምላኬ ይባረክ፥»

1. ባልና ሚስት የሠይጣንን ውጊያ በፀሎት ለመቃወም ከጌታ ጋር ሊስማሙ ይችላሉ፡፡
2. ሰይጣን በትዳራችሁ ላይ የሰነዘረውን ጥቃት ለመቃወም አብራችሁ የቆማችሁበትን ጊዜ ማስታወስ ትችላላችሁ?

የነበራችሁን ልምምድ ከዚህ በታች በጽሑፍ ግለጡት

መ. ውዳሴ፣ ፀሎትና የእግዚአብሔር ቃል በጠላት ላይ እንድንሰለጥን አሸናፊዎችም እንድንሆን ያደርጉናል፡፡ ጠላት ወይም ማንኛውም ሰው በእናንተ ላይ ማስቀመጥ የሚፈልጉትን ውሸት አትመኑ፡፡

2ዜና 20፥15-21
«እንዲህም አለ፦ ይሁዳ ሁሉ፥ በኢየሩሳሌምም የምትኖሩ፥ አንተም ንጉሡ ኢዮሣፍጥ፥ ስሙ እግዚአብሔር እንዲህ ይላችኋል። ሰልፉ የእግዚአብሔር ነው እንጂ የእናንተ አይደለምና ከዚህ ታላቅ ወገን የተነሣ አትፍሩ፥ አትደንግጡም። ነገ በእነርሱ ላይ ውረዱ እነሆ፥ በጺጽ ዓቀበት ይወጣሉ በሸለቆውም መጨረሻ በይሩኤል ምድረ በዳ ፊት ለፊት ታገኙአቸዋላችሁ። እናንተ በዚህ ሰልፍ የምትዋጉ አይደላችሁም ይሁዳና ኢየሩሳሌም ሆይ፥ ተሰለፉ፥ ዝም ብላችሁ ቁሙ፥ የሚሆነውንም የእግዚአብሔርን መድኃኒት እዩ እግዚአብሔርም ከእናንተ ጋር ነውና አትፍሩ፥ አትደንግጡም፥ ነገም ውጡባቸው። ኢዮሣፍጥም በምድር ላይ ተደፋ ይሁዳም ሁሉ በኢየሩሳሌምም የሚኖሩ በእግዚአብሔር ፊት ወደቁ፥ ለእግዚአብሔርም ሰገዱ። ሌዋውያንም፥ የቀዓት ልጆችና የቆሬ ልጆች፥ የእስራኤልን አምላክ እግዚአብሔርን በእጅግ ታላቅ ድምፅ ያመሰግኑት ዘንድ ቆሙ።»

«ማልደውም ተነሡ፥ ወደ ቴቁሔም ምድረ በዳ ወጡ ሲወጡም ኢዮሣፍጥ ቆመና። ይሁዳና በኢየሩሳሌም የምትኖሩ ሆይ፥ ስሙኝ በአምላካችሁ በእግዚአብሔር እመኑ፥ ትጸኑማላችሁ በነቢያቱም እመኑ፥ ነገሩም ይሰላላችኋል አለ። ከሕዝቡም ጋር ተማክሮ በሠራዊቱ ፊት የሚሄዱትን፦ ምሕረቱ ለዘላለም ነውና እግዚአብሔርን አመስግኑ የሚሉትንም፥ ጌጠኛ ልብስም ለብሰው የሚያመሰግኑትን፥ ለእግዚአብሔርም የሚዘምሩትን መዘምራን አቆመ።»
«እግዚአብሔርን ስለ ምህረቱና ትዕግስቱ ለዘላለም አመስግኑት»

1ጴጥሮስ 5፥8
«በመጠን ኑሩ ንቁም፥ ባላጋራችሁ ዲያብሎስ የሚውጠውን ፈልጎ እንደሚያገሣ አንበሳ ይዞራልና፤»

ሠ. ብዙ ጊዜ ጠላት በየቀኑ ሕይወታችን ላይ የሚያሳድረውን ተፅዕኖ አንገነዘበውም፡፡ አንዳንድ ጊዜ ደግሞ ሰይጣንን በሁሉ ነገር ተጠያቂ እናደርገዋለን! የእነዚህን የሁለቱን ልዩነት ማወቅ በውጊያው ላይ ባለድል ለመሆን ቁልፍ ነገር ነው፡፡
1. ጥንዶች በጠላት ጥቃት ሥር በሚሆኑበት ጊዜ እግዚአብሔርን የሚከተሉትን ጥያቄዎች መጠየቅ ያስፈልጋቸዋል፡-
   ሀ. ይህ ጥቃት ከሰይጣን ነውን?
   ለ. ከሥጋችን ነው?
   ሐ. ምንጩ ያልታወቀ ነውን?

ኤፌሶን 6፥12
«መጋደላችን ከደምና ከሥጋ ጋር አይደለምና፥ ከአለቆችና ከሥልጣናት ጋር ከዚህም ከጨለማ ዓለም ገዦች ጋር በሰማያዊም ስፍራ ካለ ከክፋት መንፈሳውያን ሠራዊት ጋር ነው እንጂ።»

ማቴዎስ 28፥18
«ኢየሱስም ቀረበና እንዲህ ብሎ ተናገራቸው። ሥልጣን ሁሉ በሰማይና በምድር ተሰጠኝ።»

ረ. ጠላት ሰዎችን ማለትም የትዳር አጋራችንን፣ ቤተሰባችንን እና ሁኔታዎችን ሁሉ እንደ ጠላት እንድ ንመለከታቸው ይፈልጋል፡፡ ዲያቢሎስ ጠላት ነው ስለሆነም እናንተንና ቤተሰባችሁን ማጥፋት ይፈልጋል፡፡ የክርስቶስን መልክ በምድር ላይ የሚወክለውን ቅዱስ ጋብቻ ማጥፋት ይፈልጋል፡፡

የሐንስ 10፥10
«ሌባው ሊሰርቅና ሊያርድ ሊያጠፋም እንጂ ስለ ሌላ አይመጣም፤ እኔ ሕይወት እንዲሆንላቸው እንዲበዛላቸውም መጣሁ።»

ሰ. በጦርነት ላይ እንዳለን ማወቅ እራሱ ከጦርነቱ ከግማሽ በላይ ነው፡፡ ጦርነቱን ብቻ ሳይሆን ሙሉ ሥዕሉን ማየት ያስፈልገናል፡፡
1. በአንድነት ፀልዩ ደግሞም ጥቃቱ ከየት እንደሚመጣ እንዲያሳያችሁ እግዚአብሔርን ጠይቁት፡፡
2. በግጭት ውስጥ ከሆናችሁ፤ ግጭቱን አቁሙና ፀልዩ (የፀሎት ቋንቋ ካላችሁ በመንፈስ ፀልዩ)፡፡ በፍጥነት አብራችሁ ሁኑ ከዛም እንደ አንድ ሆናችሁ ጌታን ፈልጉት፡፡
3. መለየት እንዳስችላችሁ ጌታን ጠይቁት፡፡

ያዕቆብ 3፥3-12
«እነሆ፥ ፈረሶች ይታዘዙልን ዘንድ ልጓም በአፋቸው ውስጥ እናገባለን፥ ሥጋቸውንም ሁሉ እንመራለን። እነሆ፥ መርከቦች ደግሞ ይህን ያህል ታላቅ ቢሆኑ በዐውሎ ነፋስም ቢነዱ፥ የመሪ ፈቃድ ወደሚወደው ስፍራ እጅግ ታናሽ በሆነ መቅዘፊያ ይመራሉ። አንደበትም እሳት ነው። አንደበት በብልቶቻችን መካከል ዓመፀኛ ዓለም ሆኖአል፤ ሥጋን ሁሉ ያሳድፋልና፥ የፍጥረትንም ሩጫ ያቃጥላል፥ በገሃነምም ይቃጠላል። የአራዊትና የወፎች የተንቀሳቃሾችና በባሕር ያለ የፍጥረት ወገን ሁሉ በሰው ይገራል፥ ደግሞ ተገርቶአል፤ ነገር ግን አንደበትን ሊገራ ማንም ሰው አይችልም፤ የሚገድል መርዝ የሞላበት ወላዋይ ክፉት ነው። በእርሱ ጌታንና አብን እንባርካለን፤ በእርሱም እንደ እግዚአብሔር ምሳሌ የተፈጠሩትን ሰዎች እንረግማለን፤ ከአንድ አፍ በረከትና መርገም ይወጣሉ። ወንድሞቼ ሆይ፥ ይህ እንዲሁ ሊሆን አይገባም። ምንጭስ ከአንድ አፍ የሚጣፍጥንና የሚመርን ውኃ ያመነጫልን? ወንድሞቼ ሆይ፥ በለስ ወይራን ወይስ ወይን በለስን ልታፈራ ትችላለችን? ከጨው ውኃም ጣፋጭ ውኃ አይወጣም።»

2ቆሮንቶስ 10፥5
«የሰውንም አሳብ በእግዚአብሔርም እውቀት ላይ የሚነሣውን ከፍ ያለውን ነገር ሁሉ እናፈርሳለን ለክርስቶስም ለመታዘዝ አእምሮን ሁሉ እንማርካለን፥»

ሸ. ዲያቢሎስ ሁልጊዜ ሰላማችንን ለመስረቅ ጥረት ያደርጋል፡፡ ሰይጣን ወደ አእምሮአችን እና አካላችን መድረስ ይፈልጋል፡፡ ትዳራችንንም ማጥፋት ፍላጎቱ ነው፡፡ ሰይጣን ሰላማችሁን እንዲሰርቅ አትፍቀዱለት! እግዚአብሔር ይጠብቀናል፡፡

ነህምያ 9፥6
«አንተ ብቻ እግዚአብሔር ነህ ሰማዩንና የሰማያት ሰማይን ሠራዊታቸውንም ሁሉ፥ ምድሩንና በእርስዋ ላይ ያሉትን ሁሉ፥ ባሕሮቹንና በእነርሱ ውስጥ ያለውን ሁሉ፥ ፈጥረሃል፥ ሁሉንም ሕያው አድርገኸዋል የሰማዩም ሠራዊት ለአንተ ይሰግዳሉ።»

ቀ. መንፈስ ቅዱስ ይመራናል

የሐንስ 16፥12-16
«የምነግራችሁ ገና ብዙ አለኝ፥ ነገር ግን አሁን ልትሸከሙት አትችሉም። ግን እርሱ የእውነት መንፈስ በመጣ ጊዜ ወደ እውነት ሁሉ ይመራችኋል፤ የሚሰማውን ሁሉ ይናገራል እንጂ ከራሱ አይነግርምና፤ የሚመጣውንም ይነግራችኋል። እርሱ ያከብረኛል፥ ለእኔ ካለኝ ወስዶ ይነግራችኋልና። ለአብ ያለው ሁሉ የእኔ ነው፤ ስለዚህ፦ ለእኔ ካለኝ ወስዶ ይነግራችኋል አልሁ። ጥቂት ጊዜ አለ፥ አታዩኝምም፤ ደግሞም ጥቂት ጊዜ አለ፥ ታዩኛላችሁም፥ እኔ ወደ አብ እሄዳለሁና።»

በ. እግዚአብሔር ሥልጣን አለው፡፡
ቆላስይስ 1፥15-16
«እርሱም የማይታይ አምላክ ምሳሌ ነው። የሚታዩትና የማይታዩትም፥ ዙፋናት ቢሆኑ ወይም ጌትነት ወይም አለቅነት ወይም ሥልጣናት፥ በሰማይና በምድር ያሉት ሁሉ በእርሱ ተፈጥረዋልና ከፍጥረት ሁሉ በፊት በኩር ነው። ሁሉ በእርሱና ለእርሱ ተፈጥሮአል።»

ማቴዎስ 28፥18
«ኢየሱስም ቀረበና እንዲህ ብሎ ተናገራቸው። ሥልጣን ሁሉ በሰማይና በምድር ተሰጠኝ።»

ተ. በዙሪያችን ሁሉ ውጊያ አለ፤ ጥቂቶቹ የማይታዩ ናቸው፡፡

ዕብራውያን 11፥3
«ዓለሞች በእግዚአብሔር ቃል እንደ ተዘጋጁ፥ ስለዚህም የሚታየው ነገር ከሚታዩት እንዳልሆነ በእምነት እናስተውላለን።»

ኤፌሶን 6፥12
«መጋደላችን ከደምና ከሥጋ ጋር አይደለምና፥ ከአለቆችና ከሥልጣናት ጋር ከዚህም ከጨለማ ዓለም ገዦች ጋር በሰማያዊም ስፍራ ካለ ከክፋት መንፈሳውያን ሠራዊት ጋር ነው እንጂ።»

ቸ. ጠላታችን የትዳር አጋራችን፣ ጎረቤታችን እና ያለንበት ሁኔታ አይደለም፡፡

ኀ. ብዙ ጊዜ ግለሰቦችና ጥንዶች በውሸት ይጠፋሉ፡፡ እነዚህ ውሸቶች ሕጻናት ሳሉ በወላጆቻቸው ወይም በጓደኞቻቸው የተነገሩአቸው ሊሆን ይችላል፡፡ በእናንተ፣ በትዳር አጋራችሁ ወይም በትዳራችሁ ላይ የተነገረ ቃል ሊሆንም ይችላል፡፡ ሰይጣን የውሸት አባት ነው፡፡ እውነት ግን አርነት ያወጣችኋል፡፡

ውሸት የሰይጣን መጠቀሚያ መሳሪያ

ከሰይጣን ልንጠብቅ የምንችላቸው ሦስት ነገሮች አሉ፡፡ መጽሐፍ ቅዱስ የሚነግረን ውጊያችን ከደምና ከሥጋ ጋር ሳይሆን ከአጋንንታዊ ኃይላት ጋር መሆኑን ነው፡፡

1. ማታለል፡- የምትታለሉት ዲያቢሎስ በጓደኞቻችሁ፣ በሁኔታዎች ወይም በትዳር አጋራችሁ በኩል ሲዋሻችሁ ነው፡፡ የተሸናፊነት ስሜት እንዲሰማችሁ በማድረግ በክርስቶስ ያገኛችሁትን ማንነት ይሰርቃል፡፡
2. ፈተናዎች፡- የእርሱን ውሸት የምታምኑ ከሆነ ለፈተና የተጋለጣችሁ ትሆናላችሁ፡፡ ሰይጣን ሁልጊዜ ኃጢአትን የሚያሳየን በጥሩና ማራኪ መጠቅለያ ሸፍኖ ነው ውስጡ ግን ውድመት ነው፡፡
3. ክሶች፡- መጽሐፍ ቅዱስ ዲያቢሎስ የወንድሞች ከሳሽ መሆኑን ይናገራል (ራዕይ 12፥10)፡፡ እርሱ ባለፈው ሕይወታቸው አሳፋሪ ኃጢአት የሰሩትን አማኞች በመክሰስ ይታወቃል፡፡ ስላለፈው መተላለፋቸው የህሊና ወቀሳንና ፍርድን ሊጠቀምባቸው ይፈልጋል፡፡

ነ. አሁን ጊዜ ውሰዱና በእናንተ ወይም በትዳራችሁ ላይ የተነገሩ ማንኛውንም ውሸቶች እንዲገልጥላችሁ መንፈስ ቅዱስን ጠይቁት፡፡ እነዚህ ውሸቶች እራሳችሁ አምናችሁ የተቀበላችኋቸው ሊሆኑ ይችላሉ፡፡ በየተራ ጻፉአቸው ከዚያም እነዚህን ውሸቶች ለመደምሰስ የሚቋቋሙአቸውን የመጽሐፍ ቅዱስ ጥቅሶች በጎናቸው ጻፉ፡፡

የውሸት ምሳሌ፡- «አይከናወንልህም»   እውነቱ ፊሊጲስዩስ 4፥13 ኃይልን በሚሰጠኝ በክርስቶስ ሁሉን እችላለሁ

	ውሸት	እውነት
ባል		
ሚስት		
ባል		
ሚስት		
ባል		
ሚስት		
ባል		
ሚስት		
ባል		
ሚስት		
ባል		
ሚስት		

ኘ. እግዚአብሔር የትዳራችን እና የቤተሰባችንን ጠላት የምናሸንፍበትን መሳሪያ ሰጥቶናል፡፡

1. መሳሪያችን ከዚህ ዓለም አይደለም፡፡

2ቆሮንቶስ 10፥4-6
«የጦር ዕቃችን ሥጋዊ አይደለምና፥ ምሽግን ለመስበር ግን በእግዚአብሔር ፊት ብርቱ ነው፤ የሰውንም አሳብ በእግዚአብሔርም እውቀት ላይ የሚነሣውን ከፍ ያለውን ነገር ሁሉ እናፈርሳለን ለክርስቶስም ለመታዘዝ አእምሮን ሁሉ እንማርካለን፥ መታዘዛችሁም በተፈጸመች ጊዜ አለመታዘዝን ሁሉ ልንበቀል ተዘጋጅተናል።»

2. የእግዚአብሔር ዕቃ ጦር

ኤፌሶን 6፥10-18
«በቀረውስ በጌታና በኃይሉ ችሎት የበረታችሁ ሁኑ። የዲያብሎስን ሽንገላ ትቃወሙ ዘንድ እንዲቻላችሁ የእግዚአብሔርን ዕቃ ጦር ሁሉ ልበሱ። መጋደላችን ከደምና ከሥጋ ጋር አይደለምና፥ ከአለቆችና ከሥልጣናት ጋር ከዚህም ከጨለማ ዓለም ገዦች ጋር በሰማያዊም ስፍራ ካለ ከክፋት መንፈሳውያን ሠራዊት ጋር ነው እንጂ። ስለዚህ በክፉው ቀን ለመቃወም፥ ሁሉንም ፈጽማችሁ ለመቆም እንድትችሉ የእግዚአብሔርን ዕቃ ጦር ሁሉ አንሡ። እንግዲህ ወገባችሁን በእውነት ታጥቃችሁ፥ የጽድቅንም ጥሩር ለብሳችሁ፥ በሰላም ወንጌልም በመዘጋጀት እግሮቻችሁ ተጫምተው ቁሙ፤ በሁሉም ላይ ጨምራችሁ የሚንበለበሉትን የክፉውን ፍላጻዎች ሁሉ ልታጠፉ የምትችሉበትን የእምነትን ጋሻ አንሡ፤ የመዳንንም ራስ ቁር የመንፈስንም ሰይፍ ያዙ እርሱም የእግዚአብሔር ቃል ነው። በጸሎትና በልመናም ሁሉ ዘወትር በመንፈስ ጸልዩ፤ በዚህም አሳብ ስለ ቅዱሳን ሁሉ እየለመናችሁ በመጽናት ሁሉ ትጉ፤»

3. የእምነት ቀበቶ - የእግዚአብሔር ቃል እውነት - በንፅሕና መኖር

4. የጽድቅ ጥሩር - የኢየሱስ ጽድቅ እንደሚሸፍነን ማወቅ

5. በሠላም ወንጌል መጫማት - በማንኛውም ጊዜ ወንጌልን ለማሰራጨት መዘጋጀት

6. የእምነት ጋሻ - በቃልና በተግባር የሚንበለበሉ የጠላትን ፍላጻዎች በእምነት ቃል መቃወም

7. የመዳን ራስ ቁር - በደህንነታችን ራስ ቁር በኢየሱስ ዓይንና ጆሮ በኩል ማይትና መስማት

8. የመንፈስ ሰይፍ - የእግዝአብሔር ቃል የማጥቂያና መከላከያ መሳሪያችን ነው

9. ሁል ጊዜ በመንፈስ መፀለይ - የምንዋጋበትን ስልት እንደሚሰጠን ሁሉ በምስጢር እንደሚከታተል ሰላይ እየሰራ መለየት እንድንችልም ይረዳናል፡፡

10. ስለቤታችሁ በምታደርጉት ውጊያ አጥቂዎች እንጂ ተከላካዮች አትሁኑ፡፡

ኢዮብ 1፥10
«እርሱንና ቤቱን በዙሪያውም ያሉትን ሁሉ አላጠርህለትምን? የእጁን ሥራ ባርከህለታል፥ ከብቱም በምድር ላይ በዝቶአል።»

አብራችሁ ቁሙ፡፡ የእግዚአብሔርን ዕቃ ጦር ሁሉ አንሱ፡፡ እያንዳንዱን የጦር ዕቃ በተናጠል በመውሰድ ኑሩበት፡፡

ሀ. በምትፀልዩበት ጊዜ ጌታ ልታተኩሩበት የሚገባውን አቅጣጫ ያሳያችኋል፡፡ ጠላት በድካማችሁ አማካኝነት ወደ ቤታችሁ ቀዳዳ አግኝቶ የገባባቸውን አቅጣጫዎች ያመላክታችኋል፡፡ የወደቁ ነገሮች እንዴት መጠገን እንዳለባቸውም ያሳያችኋል፡፡ እናንተም እርሱ ባሳያችሁ አቅጣጫ ተዋጉ፡፡

1. በመንፈስ በምንሆንበት ጊዜ እግዚአብሔር ባቀደው መንገድ እንመላለሳለን፡፡ በሥጋ የምንመላለስ ከሆነ ግን እንደ ባልና ሚስት ተቀናጅተን መሥራት አንችልም፡፡

ገላትያ 5፥19-21
«የሥጋ ሥራም የተገለጠ ነው እርሱም ዝሙት፥ ርኵሰት፥ መዳራት፥ ጣዖትን ማምለክ፥ ምዋርት፥ ጥል፥ ክርክር፥ ቅንዓት፥ ቁጣ፥ አድመኛነት፥ መለያየት፥ መናፍቅነት፥ ምቀኝነት፥ መግደል፥ ስካር፥ ዘፋኝነት፥ ይህንም የሚመስል ነው፡፡ አስቀድሜም እንዳልሁ፥ እንደዚህ ያሉትን የሚያደርጉ የእግዚአብሔርን መንግሥት አይወርሱም።»

2. በኢየሱስ ስም ውስጥ ያለውን ሥልጣን ተረድተን የራሳችን ስናደርገው የጠላትን ተግዳሮት እንደ አንድ ሥጋ ሆነን ለመዋጋት ኃይል ይኖረናል፡፡ ቀናችሁን በፀሎት ጀምሩ፡፡ ቤታችሁን ከዲያቢሎስ ጥቃት ለመታደግ የእግዚአብሔርን ቃል ተጠቀሙ፡፡ በመንፈስ የምንመላለስ ከሆነ ከራሳችን ሥጋ ጥቃት መዳንም እንችላለን፡፡

1ጴጥሮስ 5፥8
«በመጠን ኑሩ ንቁም፥ ባላጋራችሁ ዲያብሎስ የሚውጠውን ፈልጎ እንደሚያገሣ አንበሳ ይዞራልና፤»

1ቆሮንቶስ 10፥13
«ለሰው ሁሉ ከሚሆነው በቀር ምንም ፈተና አልደረሰባችሁም፤ ነገር ግን ከሚቻላችሁ መጠን ይልቅ ትፈተኑ ዘንድ የማይፈቅድ እግዚአብሔር የታመነ ነው፥ ትታገሡም ዘንድ እንድትችሉ ከፈተናው ጋር መውጫውን ደግሞ ያደርግላችኋል።»

የእኛ ልምምድ፡- ከብዙ ዓመታት በፊት በራሳችን ትዳር ውስጥ ፈውስ ለማግኘት ከዚህ በላይ ያለውን መርሆ ተጠቅመንበታል፡፡ ይህንን መርሆ የተጠቀምነው ለዓመታት በሁለታችንም በኩል በትዳራችን ላይ ከፈፀምነው የዝሙትና የጥቃት ተግባር በተፈወስንበት ጊዜ ነበር፡፡ ከዲያቢሎስ ጋር ውጊያ ላይ ነበርን፡፡ እርሱም ወደ አሮጌው መንገዳችን እንድንመለስ ሁሉንም አይነት ፈተናዎች ያመጣብን ነበር፡፡ ጠላትን በጋራ ሆነን መዋጋት ነበረብን፡፡ ዲያቢሎስ በህሊና ወቀሳና በእፍረት ሊያጠቃን በሚፈትነን ጊዜ አንዳችን ከሌላችን ጋር እየተነጋገርን በአንድነት መፀለይ ነበረብን፡፡ በኢየሱስ ስም ያለንን ሥልጣን የራሳችሁ አድርጉ፡፡ ይህን ስናደርግ በፍጥነት በሰይጣን ፈተና ላይ እንስቃለን፡፡

አንዳችሁ ለሌላችሁ ግልፅ መሆን የምትፈልጉ ከሆነ ከእግዚአብሔር ቃል ጋር ሰፊ ጊዜ ማሳለፍ አለባችሁ፡፡ በፀሎት አንዳችሁ የሌላችሁን ልብ ታዘጋጃላችሁ፡፡ መቀባበል እንድትችሉ የእናንተን እና የትዳር አጋራችሁን ልብ ቀና እንዲያደርገው እግዚአብሔርን ጠይቁት፡፡ ጠላት በመካከላችሁ እንዳይመጣ ግልፅነትን በመልካም መሬት ላይ ዝሩ፡፡ ጠላት እንዲከፋፍላችሁ አትፍቀዱለት!

ትኤርሚያስ 4፥3
«እግዚአብሔር ለይሁዳና ለኢየሩሳሌም ሰዎች እንዲህ ይላልና። ጥጋቱን እርሻ እረሱ በእሾህም ላይ አትዝሩ።»

ከ. ተጨማሪ መሳሪያዎች

1. ደህንነታችንም ጋሻችን ነው

መዝሙር 18፥35

«ለደኅንነቴም መታመኛን ሰጠኸኝ፥ ቀኝህም ትረዳኛለች፥ ትምህርትህም ለዘላለም ታጠናኛለች፥ ተግሣጽህም ታስተምረኛለች።»

2. ለጌታ የምንሰጠው ውዳሴ የጦር መሳሪያችን ነው

1ቆሮንቶስ 15፥57

«ነገር ግን በጌታችን በኢየሱስ ክርስቶስ በኩል ድል መንሣትን ለሚሰጠን ለእግዚአብሔር ምስጋና ይሁን።»

2ቆሮንቶስ 2፥14

«ነገር ግን በክርስቶስ ሁልጊዜ ድል በመንሣቱ ለሚያዞረን በእኛም በየስፍራው ሁሉ የእውቀቱን ሽታ ለሚገልጥ ለአምላክ ምስጋና ይሁን፤»

መዝሙር 118፥15

«የእልልታና የመድኃኒት ድምፅ በጻድቃን ድንኳን ነው የእግዚአብሔር ቀኝ ኃይልን አደረገች።»

ዘጸአት 15፥1

«በዚያም ጊዜ ሙሴና የእስራኤል ልጆች ይህንን መዝሙር ለእግዚአብሔር ዘመሩ፥ እንዲህም ብለው ተናገሩ። በክብር ከፍ ከፍ ብሎአልና ለእግዚአብሔር እዘምራለሁ ፈረሱንና ፈረሰኛውን በባሕር ጣለ።»

መዝሙር 21፥1

«አቤቱ፥ በኃይልህ ንጉሥ ደስ ይለዋል በማዳንህ እጅግ ሐሤትን ያደርጋል።»

3. በጌታ ታመኑ

መዝሙር 20፥7-8

«እነዚያ በሰረገላ እነዚያም በፈረስ ይታመናሉ እኛ ግን በአምላካችን በእግዚአብሔር ስም ከፍ ከፍ እንላለን፡፡ እነርሱ ተሰነካከለው ወደቁ እና ግን ተነሳን፥ ጸንተንም ቆምን፡፡»

4. ልክ ዳዊት ጎልያድን በራሱ ሰይፍ እንደ ገደለው ሁሉ ያደረጋችሁትን ኃጢአት ወይም የቆሰላችሁበትን ነገር በመመስከር ሰይጣንን ተቃወሙት፡፡

1ሳሙኤል 17፥45-47

«ዳዊትም ፍልስጥኤማዊውን አለው። አንተ ሰይፍና ጦር ጭሬም ይዘህ ትመጣብኛለህ እኔ ግን ዛሬ በተገዳደርኸው በእስራኤል ጭፍሮች አምላክ ስም በሠራዊት ጌታ በእግዚአብሔር ስም እመጣብሃለሁ። እግዚአብሔር ዛሬ አንተን በእጄ አሳልፎ ይሰጣል እመታህማለሁ፥ ራስህንም ከአንተ እነሣዋለሁ የፍልስጥኤማውያንንም ሠራዊት ሬሶች ለሰማይ ወፎችና ለምድር አራዊት ዛሬ እሰጣለሁ። ይኸውም ምድር ሁሉ በእስራኤል ዘንድ አምላክ እንዳለ ታውቅ ዘንድ ይህም ጉባኤ ሁሉ እግዚአብሔር በሰይፍና በጦር የሚያድን እንዳይደል ያውቅ ዘንድ ነው። ሰልፉ ለእግዚአብሔር ነውና እናንተንም በእጃችን አሳልፎ ይሰጣል።

5. ጦርነቱ የጌታ ነው

መዝሙር 44፥3-7
«በሰይፋቸው ምድርን አልወረሱም ክንዳቸውም አላዳናቸው ቀኝህና ክንድህ የፊትህም ብርሃን ነው እንጂ ወድደሃቸዋልና። አምላኬና ንጉሤ አንተ ነህ ለያዕቆብ መድኃኒትንህ እዘዝ። በአንተ ጠላቶቻችንን እንወጋቸዋለን፥ በስምህም በላያችን የቆሙትን እናዋርዳቸዋለን። በቀስቴ የምታመን አይደለሁምና፥ ሰይፌም አያድነኝምና አንተ ግን ከጠላቶቻችን አዳንኸን፥ የሚጠሉንንም አሳፈርሃቸው።»

ምሳሌ 21፥31
«ፈረስ ለጦርነት ቀን ይዘጋጃል ድል ግን ከእግዚአብሔር ዘንድ ነው።»

6. እምነታችሁን በሰው ላይ አታድርጉ

መዝሙር 60፥11-12
«በመከራችን ረድኤትን ስጠን የሰውም ማዳን ከንቱ ነው፡፡ በእግዚአብሔር ኃይልን እናደርጋለን እርሱ የሚያስጨንቁንን ያዋርዳቸዋልና፡፡»

መዝሙር 146፥3
«ማዳን በማይችሉ በሰው ልጆችና በአለቆች አትታመኑ።»

7. ኃይል ሁሉ ተሰጥቶናል - በኢየሱስ ያለችሁን ሥልጣን እወቁ - በኢየሱስ ስም

ሉቃስ 9፥1-2
«አሥራ ሁለቱንም ሐዋርያት በአንድነት ወደ እርሱ ጠርቶ በአጋንንት ሁሉ ል ደዌንም ይፈውሱ ዘንድ ኃይልና ሥልጣን ሰጣቸው፤ የእግዚአብሔርንም መንግሥት እንዲሰብኩና ድውዮችን እንዲፈውሱ ላካቸው፥»

ሐሥራ 8፥4-12
«የተበተኑትም ቃሉን እየሰበኩ ዞሩ። ፊልጶስም ወደ ሰማርያ ከተማ ወርዶ ክርስቶስን ሰበከላቸው። ሕዝቡም የፊልጶስን ቃል በሰሙ ጊዜ ያደርጋት የነበረውንም ምልክት ባዩ ጊዜ፥ የተናገረውን በአንድ ልብ አደመጡ። ርኩሳን መናፍስት በታላቅ ድምፅ እየጮኹ ከብዙ ሰዎች ይወጡ ነበርና፤ ብዙም ሽባዎችና አንካሶች ተፈወሱ፤ በዚያችም ከተማ ታላቅ ደስታ ሆነ። ሲሞን የሚሉት አንድ ሰው ግን። እኔ ታላቅ ነኝ ብሎ፥ እየጠነቈለ የሰማርያንም ወገን እያስገረመ ቀድሞ በከተማ ነበረ። ከታናናሾችም ጀምሮ እስከ ታላላቆቹ ድረስ። ታላቁ የእግዚአብሔር ኃይል ይህ ነው እያሉ ሁሉ ያደምጡት ነበር። ከብዙ ዘመንም ጀምሮ በጥንቈላ ስላስገረማቸው ያደምጡት ነበር። ነገር ግን ስለ እግዚአብሔር መንግሥትና ስለ ኢየሱስ ክርስቶስ ስም እየሰበከላቸው ፊልጶስን ባመኑት ጊዜ፥ ወንዶችም ሴቶችም ተጠመቁ።»

ሉቃስ 10፥19
«እነሆ፥ እባቡንና ጊንጡን ትረግጡ ዘንድ፥ በጠላትም ኃይል ሁሉ ላይ ሥልጣን ሰጥቻችኋለሁ፥ የሚጐዳችሁም ምንም የለም።»

8. የጌታ ፀሎት የጦር መሳሪያችን ነው

ሉቃስ 11፥2-4
«አላቸውም። ስትጸልዩ እንዲህ በሉ። በሰማያት የምትኖር አባታችን ሆይ፤ ስምህ ይቀደስ፤ መንግሥትህ ትምጣ፤ ፈቃድህ በሰማይ እንደ ሆነች እንዲሁ በምድር ትሁን፤ የዕለት እንጀራችንን ዕለት ዕለት ስጠን፤ ኃጢአታችንንም ይቅር በለን፥ እኛ ደግሞ የበደሉንን ሁሉ ይቅር ብለናልና፤ ከክፉ አድነን እንጂ ወደ ፈተና አታግባን።»

9. በውጊያ ውስጥ ቃል ኪዳን ቁልፍ ነገር ነው

ት. ኢሳያስ 59፥19-21
«እርሱ የእግዚአብሔር ነፋስ እንደሚነዳው እንደ ጐርፍ ፈሳሽ ይመጣልና በምዕራብ ያሉት የእግዚአ ብሔርን ስም፥ በፀሐይ መውጫም ያሉት ክብሩን ይፈራሉ። ለጽዮን ታዳጊ ይመጣል፥ በያዕቆብም ዘንድ ከኃጢአት ለሚርቁ፥ ይላል እግዚአብሔር፡- ከእርሱ ጋር ያለው ቃል ኪዳኔ ይህ ነው ይላል እግዚአብሔር፥ በአንተ ላይ ያለው መንፈሴ በአፍህም ውስጥ ያደረግሁት ቃሌ ከዛሬ ጀምሮ እስከ ዘላለም ድረስ ከአፍህ ከዘርህም አፍ ከዘር ዘርህም አፍ አያልፍም፥ ይላል እግዚአብሔር፡-»

10. የኢየሱስ ደም
የኢየሱስ ደም የፈሰሰው ለእኛ ነው፡፡ እርሱን ለመቃወም በኢየሱስ ደም ስትፀልዩ ዲያቢሎስ ሊቋቋማችሁ አይችልም፡፡

ዕብራውያን 9፥22-26
«እንደ ሕጉም ከጥቂቶች በቀር ነገር ሁሉ በደም ይነጻል፥ ደምም ሳይፈስ ስርየት የለም። እንግዲህ በሰማያት ያሉትን የሚመስለው ነገር በዚህ ሊነጻ እንጂ በሰማያት ያሉቱ ራሳቸው ከእርሱ ይልቅ በሚበልጥ መስዋዕት ሊነጹ የግድ ነበረ። ክርስቶስ በእጅ ወደ ተሰራች፥ የእውነተኛይቱ ምሳሌ ወደ ምትሆን ቅድስት አልገባምና፥ ነገር ግን በእግዚአብሔር ፊት ስለ እኛ አሁን ይታይ ዘንድ ወደ እርስዋ ወደ ሰማይ ገባ። ሊቀ ካህናትም በየዓመቱ የሌላውን ደም ይዞ ወደ ቅድስት እንደሚገባ፥ ራሱን ብዙ ጊዜ ሊያቀርብ አልገባም፤ እንዲህ ቢሆንስ፥ ዓለም ከተፈጠረ ጀምሮ ብዙ ጊዜ መከራ ሊቀበል ባስፈለገው ነበር፤ አሁን ግን በዓለም ፍጻሜ ራሱን በመሠዋት ኃጢአትን ሊሽር አንድ ጊዜ ተገልጦአል።»

ራዕይ 12፥11
«እነርሱም ከበጉ ደም የተነሣ ከምስክራቸውም ቃል የተነሣ ድል ነሡት፥ ነፍሳቸውንም እስከ ሞት ድረስ አልወደዱም።»

ከእግዚአብሔር ጋር ባለን ቃል ኪዳን እርሱ ከሰጠን ተስፋ የተነሳ ድልን መጠበቅ እንችላለን፡፡

ለትዳራችሁ ፅናትና ለቤተሰባችሁ ዘላቂ ህልውና በጠላት ላይ ድልን መቀዳጀታችሁ እጅግ በጣም አስፈላጊ ነው! ስለሆነም አቅልላችሁ አትዩት ደግሞም ለመተኛት አትመቻቹ፡፡

የከበረ *ጊዜ* *በአንድነት* *የድል ኑሮ ቁልፍ አምስት*

= የአንድነትን ሚስጥር መክፈት

የአንድነት የፀሎት ጊዜ

____

____

____

____

____

የማረጋገጫ ቃል

____

____

____

____

____

የድል ኑሮ ጥናት

ትዳርን ያቀደው እግዚአብሔር ስለሆነ ትዳራችሁን እግዚአብሔር ይባርከ፡፡ እርሱ ለእናንተ ሁሉንም ነው፡፡ መከላከያችሁን ለመመልከት ጊዜ ውሰዱ ኢዮብ 1፥10 አንብቡ፡፡ መከላከያችሁን በትዳራችሁና በቤተሰባችሁ ዙሪያ አድርጉ፡፡ ጠላት ለመግባት ሊጠቀምበት ያሰበውን ማንኛውንም ቦታ እንዲያሳያችሁ ጌታን ጠይቁት፡፡ ሁልጊዜም አስታውሱ ድል አላችሁ!!!

ስለ መንፈሳዊ ውጊያ የሚናገሩ ጥቅሶችን ማወቅ ለትዳራችሁ ምን ማለት እንደሆነ እንደ ባልና ሚስት አብራችሁ ጻፉ፡፡

____

____

____

____

____

የእርስ በእርስ መሰጣጠት

ባል ስለ ሚስቱና ስለ ቤተሰቡ መንፈሳዊ ጦርነትን ይዋጋል፡፡ ያዕቆብ 4፥7

ሚስት ጥንካሬና ክብር አላት፡፡ ምሳሌ 31፥25

ማስታወሻ

ሰብሮ ለማለፍ የሚያስችሉ 8 ቁልፎች

በጆ እና ስቴፋኒ ዴሞት

MISSIONARIES 2 MARRIAGES

<u>ቁልፍ ስድስት፡- በፍቅር አንድ መሆን</u>

ሀ. ለእኛ ያለው የእግዚአብሔር ፍቅር ፍጻሜ የለውም
1. እርሱ በማንኛውም ሁኔታ ውስጥ ይወደናል
2. እርሱ ስለ ሁሉም የሕይወታችን ክፍል ግድ ይለዋል
3. በሁሉም አቅጣጫ የትዳራችን ጉዳይ ላይ ጠንካሮች እንድንሆን ይፈልጋል
   ሀ በአካል
   ለ በነፍስ
   ሐ በመንፈስ

ት.ኢሳይያስ 59፥1
«እነሆ፥ የእግዚአብሔር እጅ ከማዳን አላጠረችም፥ ጆሮውም ከመስማት አልደነቆረችም»

ለ. አካላዊ መቀራረባችን ለእግዚአብሔር እጅግ ጠቃሚ ነው
1. የእግዚአብሔር ፍርሃት ያለበት ጾታዊ ግንኙነት ይከላከልልናል 1ቆሮንቶስ 7፥5
2. ጾታዊ ግንኙነት የእግዚአብሔር ዕቅድ ነው፡፡ ጋብቻና ጾታዊ ግንኙነት በእግዚአብሔር የተሰሩ ናቸው፡፡
3. የጾታ ፍቅራችን ለባልና ሚስት ለሁለታችንም እኩል ነው፡፡
4. እኛ ወደ መኝታ ቤታችን ስንሄድ እግዚአብሔር ቤታችንን ለቆ አይሄድም፡፡ እርሱ የጥልቅ ግንኙነታችን አካል ነው፡፡

1ቆሮንቶስ 7፥5
« ለጸሎት ትተጉ ዘንድ ተስማምታችሁ ለጊዜው ካልሆነ በቀር፥ እርስ በርሳችሁ አትከላከሉ፤ ራሳችሁን ስለ አለመግዛት ሰይጣን እንዳይፈታተናችሁ ደግሞ አብራችሁ ሁኑ። »

ሐ. የእግዚአብሔር ቃል በጣም ግልፅ ነው፡፡
1. ከአካለዊ ግንኙነት የምንገደበው «ለጊዜው» ብቻ ነው
   ሀ. «ለጊዜው» የሚለውን ቃል ትርጉም ለተወሰነ ጊዜ ወይም ለአጭር ጊዜ ለጾምና ለፀሎት ተብሎ ይተረጎማል፡፡
   ለ. የእግዚአብሔር ቃል የምትጠበቁበትን መንገድ ያሳያችኋል ስለሆነም ፈተና አሸንፋችሁም፡፡

መ. አካላዊ ቁርኝታችን አንዳችን ሌላችንን የምናገለግልበት ጊዜ ነው፡፡
1. የራስ ወዳድነት ተግባር አይደለም
2. ከራሳችን ፍላጎት ይልቅ ለትዳር አጋራችን ፍላጎት የበለጠ ትኩረት ልናደርግ ይገባናል፡፡

መኃልይ ዘሰሎሞን 2፥7
«እናንተ የኢየሩሳሌም ቈነጃጅት ሆይ፥ እርሱ እስኪፈልግ ድረስ፥ ፍቅርን እንዳታስነሡትና እንዳታነሣሡት በሚዳቋ በምድረ በዳም ዋላ አምላችኋለሁ።»

በኪዳን ላይ ለተመሠረተው የጋብቻ ፍቅር ከመጽሐፍ ቅዱስ ውስጥ ሙሉ መጽሐፍ ሰጥቶዋል፡፡ ያ መጽሐፍ መኃልይ ዘሰሎሞን ነው፡፡ መጽሐፉ የጋብቻን ጥልቅ መቀራረብ የሚገልጡ በርካታ ምሳሌዎችና ስዕላዊ መግለጫዎችን ይዟል፡፡ የሰሎሞን መዝሙር መጽሐፍ በእግዚአብሔርና በሰው መካከል ያለው የቃል ኪዳን ፍቅር መሠረት አይደለም፡፡ የወንድና የሴትን የጋብቻ ግንኙነት የሚገልጥ ነው፡፡ ይህ የመዝሙር መጽሐፍ ስለ ሱለማጢሷ ሴትና ስለ የአትክልቷ ስፍራዋ ሲናገር የምልክት ቋንቋን ተጠቅሞአል፡፡ ይህ ምሳሌ የሚገልጠው ጾታዊ ፍቅርን ብቻ ሳይሆን የእስራኤልን ሕዝብ በረከትም ጭምር ነው፡፡ እንደ ባልና ሚስት በአንድነት የመኃልይን መጽሐፍ አንብቡ፡፡

ሠ. በየቀኑ አንዳችሁ ከሌላችሁ ጋር ያላችሁ የፀሎት ጊዜ ጾታዊ ግንኙነታችሁን ይገነባል፡፡

1. ፀሎት ጥልቅ ግንኙነታችን እንዲቀጥል የሚያደርግ ነው
2. የእርስ በእርሳችንን ልብ ማወቅ የሚመጣው በአንድነት ከእግዚአብሔር ጋር ካለን መንፈሳዊ ተግባቦት ነው፡፡
3. የእግዚአብሔርን ልብ አብሮ መማር
4. ፀሎት ለእርስ በእርስ ጥልቅ መቀራረብ ምክንያት ነው፡፡
5. እንደ ጥንዶች በጋራ የሚኖራችሁ የፀሎት ጊዜ አንዳችሁ ለሌላችሁ ያላችሁን ፍቅር እንደገና ያቀጣጥላል፡፡
6. በልባችሁ ጥልቅ ጉዳይ ላይ ለመቀራረብ ፀልዩ፡፡
7. ጌታ በአካል፣ በነፍስና በመንፈስ እንዲያቀራርኛችሁ ፀልዩ
8. እግዚአብሔር ጥልቅ መቀራረባችሁን እንዲጠብቅ ፀልዩ
9. አንዳችሁ ሌላችሁን ስለ ምትመለከቱበት መንገድ ፀልዩ
10. ስለ ንጽሕና ፀልዩ
11. ስለ መከባበር ፀልዩ
12. ቃል ኪዳን በጥልቅ መቀራረባችሁ ውስጥ የመጨረሻ ነገር ነው፡፡

ረ. እግዚአብሔር ጾታዊ ቁርኝት በጋብቻ ውስጥ ብቻ እንዲፈፀም የፈቀደው በዚህ ምክንያት ነው፡፡ ጥልቅ መቀራረብ እንዲያብብ የቃል ኪዳን ንጽሕናን ይጠይቃል፡፡

ዕብራውያን 13፥4
«መጋባት በሁሉ ዘንድ ክቡር መኝታውም ንጹሕ ይሁን፤ ሴሰኞችንና አመንዝሮችን ግን እግዚአብሔር ይፈርድባቸዋል።»

1. የጋብቻ ቃል ኪዳናችን ለጥልቅ መቀራረባችን ጥበቃ ያደርጋል

ሀ. በቃል ኪዳን ውስጥ በምንሆንበት ጊዜ የጋብቻ ቃልኪዳናችንን ተስፋ ማወጅ እንችላለን
ለ. ከጾታዊ ቁስል መፈወስ
ሐ. ብዙ ጊዜ ወንዶችና ሴቶች ጾታዊ ጉዳት ያጋጥማቸዋል
መ. ይህም በግል ሕይወታቸውና በትዳራቸው ላይ ከፍተኛ ጉዳት ሊያመጣ ይችላል
ሠ. ኢየሱስ ቁስላችሁን ሁሉ ሊፈውስ እና ሙሉ ሊያደርጋችሁ ይፈልጋል፡፡ ኢየሱስ በማንኛውም አቅጣጫ ካጋጠማችሁ ቁስለት ሁሉ እንድትፈወሱ ይፈልጋል፡፡ በምትፀልዩበትም ጊዜ የፈውሱን መንገድ መንፈስ ቅዱስ ያሳያችኋል፡፡

መዝሙር 51፥10
«አቤቱ፥ ንጹሕ ልብን ፍጠርልኝ፥ የቀናውንም መንፈስ በውስጤ አድስ። »

ረ. ምኞት ኃጢአት ነው፡፡ **በማቴዎስ 5፥28** ጌታ ኢየሱስ በሚናገርበት ጊዜ *«እኔ ግን እላችኋለሁ፥ ወደ ሴት ያየ ሁሉ የተመኛትም ያን ጊዜ በልቡ ከእርስዋ ጋር አመንዝሮአል።»* አንድ ወንድ ወይም ሴት ከትዳር አጋራቸው በስተጀርባ ሊመኙ ይችላሉ፡፡

ከትዳር አጋራችሁ ጋር የግብረ ሥጋ ግንኙነት ማድረግ የምትፈልጉት ጾታዊ ፍላጎታችሁን ለማርካት ስትሉ ብቻ ከሆነ ይኼ ምኞት ነው:: እንደ ባለትዳሮች እግዚአብሔር በሁሉም አቅጣጫ የግንኙነት ፍላጎታችንን ለማሳካት የበለጠ ነገር አለው:: እርሱ አብዛኛውን ጊዜ ከራሳችን ፍላጎት ይልቅ ስለ ትዳር አጋራችን ፍላጎት እንድናስብ ይፈልጋል::

ብዙ ሰዎች ከዚህ በፊት ባጋጠማቸው ነገር ምክንያት ክፉ መናፍስት አስረው እንዳስቀመጡአቸው በማሰብ ከአንድ ጉዳይ ጋር ብዙ ጊዜ ይታገላሉ:: ከዚያም የተለየ ምንጭ እንዳለው ወይም ከቀየ መንፈሳዊ ውድቀት ጋር ንክኪ እንዳለው ይደርሱበታል:: የደረሰባቸው እስራት በዝሙት ምክንያት እንደሆነ ሲገባቸውም ወዲያውኑ ነጻ መውጣት እንደማይችሉ ይደመድማሉ:: ነገር ግን በቆይታ ውስጥ የዚህ ትግል መንፈሳዊ ሥሩ የእፍረት መንፈስ እንጂ ዝሙት እንዳልሆነም ይደርሱበታል:: ሆኖም እፍረት በእስራት ውስጥ ያቆያቸዋል:: ይህ እፍረት የመጣባቸው ለማቆም ካልቻሉት በእስራት ውስጥ ከጣላቸው ከመጀመሪያው የዝሙት ድርጊት ሊሆን ይችላል:: ወይም ደግሞ በሕጻንነታቸው በእፍረት ካሸማቀቃቸው ጾታዊ ቁስለት ሊሆንም ይችላል:: በዚህ አይነት ሁኔታ ውስጥ ያላችሁ ሁሉ አሁን በዚህ ሰዓት ነጻ መውጣትን መምረጥ ትችላላችሁ!

በሕይወታችሁ ይህ አይነቱ ቁስለት ካለ እንደ ግለሰብም ሆነ እንደ ባልና ሚስት እንዲያሳችሁ መንፈስ ቅዱስን ጠይቁት:: የቁስለታችሁን ሥር እንዲያሳያችሁ ጌታን ጠይቁት:: አንዳንድ ጊዜ ለዓመታት እንዳልተፈጠረ በመካድ ወይም ስለ እርሱ ማሰብ ባለመፈለግ ሊሸፈን ይችላል:: አሁኑኑ መንፈስ ቅዱስ እንዲዳስሳችሁና እንዲፈውሳችሁ ፍቀዱለት::

ከደረሰባችሁ ማንኛውም ጥቃትና ጉዳት ጌታ እንዲፈውሳችሁ ጠይቁት:: ነጻ እንድትወጡ በየግላችሁና ባልና ሚስት በአንድነት ሆናችሁ ፀልዩ:: ጌታ ሁለታችሁንም በመጠቀም አንዳችሁ ሌላችሁን ማገልገል እንድትችሉ ፍቀዱለት::

2. በፈውስ ሂደት ውስጥ መንፈሳዊ ውጊያ ቁልፍ ነገር ነው::

    ሀ. በትዳራችሁ ውስጥ ጾታዊ ኃጢአት ካለ ከጥልቅ ቀረቤታችሁ በፊት መንፈሳዊ ውጊያ ማድረግ ይኖርባችሁ ይሆናል::
    ለ. ዲያቢሎስ የእግዚአብሔር የሆነውን እንዲሰርቅ አትፍቀዱለት
    ሐ. አእምሮአችሁን ካለፈው ጉዳትና ርኩሰት አንጽታችሁ ጌታ የባልና የሚስትነት ጊዜአችሁን እንዲባርክላችሁ ጠይቁት::
    - አእምሮአችሁን በንጽህና ጠብቁት:: ከቲቪ፣ ከፊልም፣ ከፌስ ቡክ እና ወዘተ... ተጠበቁ
    - የወሲብ ፊልሞችን፣ ስዕሎችንና ፎቶዎችን አትጠቀሙ ይህን መጠቀም ራስ ወዳድነት ነው:: የፍትወት ፅሁፍ ወይም ስዕል፣ የኢንተርኔት የወሲብ ጌሞች ሁሉ የእርኩሰት መሳሪያዎች ናቸውና ተጠበቁ::

3. የነፍስን እስራት መረዳት
    ሀ. የነፍስ እስራት ማለት በሁለት ነፍሶች መካከል ያለ እስራት ነው::
    ለ. ነፍሶቻቸውን አንድ ላይ ያስራል
    ሐ. የነፍስ እስራት መልካም ወይም ክፉ ሊሆን ይችላል

4. የእኛ ትዳር መልካም ምሳሌ ነው::
    ማቴዎስ 19፥5
    «አለም ስለዚህ ሰው አባቱንና እናቱን ይተዋል፥ ከሚስቱም ጋር ይተባበራል፥ ሁለቱም አንድ ሥጋ ይሆናሉ የሚለውን ቃል አላነበባችሁምን?»

5. የጓደኝነት የነፍስ እስራት:: ለጓደኝነት የነፍስ እስራት አንዱ ምሳሌ በዮናታንና በዳዊት መካከል የነበረው ግንኙነት ነው:: ይህ ጤናማ የነፍስ እስራት ነው::

1ሳሙኤል 18፥1
«ዳዊትም ለሳኦል መናገሩን በፈጸመ ጊዜ የዮናታን ነፍስ በዳዊት ነፍስ ታሰረች፥ ዮናታንም እንደ ነፍሱ ወደደው።»

ሀ. እግዚአብሔራዊ ያልሆኑ የነፍስ እስራቶች አሉታዊ ውጤቶች አሉአቸው
ለ. እግዚአብሔራዊ ላልሆኑ የነፍስ እስራቶች አንዱ ምሳሌ የሴኬምና የዲና ግንኙነት ነው::

ዘፍጥረት 34፥2-3
«የአገሩ አለቃ የኤዊያዊ ሰው የኤሞር ልጅ ሴኬም አያት ወሰዳትም ከእርስዋም ጋር ተኛ፥ አስነወራትም። ልቡናውም በያዕቆብ ልጅ በዲና ፍቅር ተነደፈ፥ ብላቴናይቱንም ወደዳት፥ ልብዋንም ደስ በሚያሰኛት ነገር ተናገራት።»

ዘፍጥረት 34፥8
«ኤሞርም እንዲህ ብሎ ነገራቸው። ልጄ ሴኬም በልጃችሁ ፍቅር ልቡ ተነድፎአልና ሚስት እንድትሆነው እባካችሁ እርስዋን ስጡት።»

ዘፍጥረት 34፥25-26
«ሦስተኛም ቀን በሆነ ጊዜ እጅግ ቆስለው ሳሉ፥ የዲና ወንድሞች የያዕቆብ ልጆች ስምዖንና ሌዊ እየራሳቸው ሰይፋቸውን ይዘው ሳይፈሩ ወደ ከተማ ገቡ፥ ወንዱንም ሁሉ ገደሉ ኤሞርንና ልጁን ሴኬምንም በሰይፍ ገደሉ፥ እኅታቸውን ዲናንም ከሴኬም ቤት ይዘው ወጡ።»

ሐ. አምኖን እና ትዕማር ሌላ ምሳሌ ናቸው

2ሳሙኤል 13፥12-13
«እርስዋ መልሳ ወንድሜ ሆይ፥ አይሆንም እንዲህ ያለ ነገር በእስራኤል ዘንድ አይገባምና አታሳፍረኝ ይህንም ነውረኛ ሥራ አታድርግ። እኔም ነውሬን ወዴት ልሸከም? አንተም በእስራኤል ዘንድ ከምናምንቴዎች እንደ አንዱ ትሆናለህ እንግዲህስ ለንጉሡ ንገረው፥ እኔንም አይነሣህም አለችው።»

2ሳሙኤል 13፥15
«ከዚያም በኋላ አምኖን ፈጽሞ ጠላት አስቀድሞም ከወደዳት ውድ ይልቅ በኋላ የጠላት ጥል በለጠ። አምኖንም። ተነሥተሽ ሂጂ አላት።»

2ሳሙኤል 13፥28-30
«አቤሴሎምም እንደ ንጉሥ ግብዣ ያለ ግብዣ አደረገ አቤሴሎምም አገልጋዮቹን፦ አምኖን የወይን ጠጅ ጠጥቶ ልቡን ደስ ባለው ጊዜ እዩ። አምኖንን ግደሉ ባልኋችሁም ጊዜ ግደሉት፥ አትፍሩም ያዘዝኋችሁም እኔ ነኝና በርቱ ጽኑም ብሎ አዘዛቸው። የአቤሴሎም አገልጋዮች አቤሴሎም እንዳዘዛቸው በአምኖን ላይ አደረጉበት። የንጉሡም ልጆች ሁሉ ተነሥተው በየበቅሎቻቸው ተቀምጠው ሸሹ። ገናም በመንገድ ሲሄዱ ለዳዊት፦ አቤሴሎም የንጉሡን ልጆች ሁሉ ገድሎአል፥ ከእነርሱም አንድ አልቀረም የሚል ወሬ መጣለት።»

በሁለቱም ምሳሌዎች እንደምንመለከተው በባለታሪኮቹ መካከል ጥልቅ እስራት ነበረ፡፡ በሁለቱም ታሪክ ውስጥ የነበረውን የነፍስ እስራት የሰበረው ሞት ነበር፡፡ ይህ የነፍስ እስራት ምናልባት በኋለኛው ታሪካቸው በሆነ ሰው ተማርከው ከማለፋቸው የተነሳ የመጣ ሊሆን ይችላል፡፡ የነፍስ እስራት ከጾታ ግንኙነት ወይም ከ20 ዓመታት በፊት ከነበረ ጠንካራ የስሜት እስራት ሊመጣ ይችል ይሆናል፡፡ እግዚአብሔር ከማንም ጋር መልካም ያልሆነ መተሳሰር እንዲኖረን አይፈልግም፡፡ ምክንያቱም ፍቅራችሁን እና ጥልቅ መቀራረባችሁን ይሰርቃል፡፡ በተጨማሪም እግዚአብሔራዊ ባልሆነ የነፍስ እስራት ውስጥ ባለ ሰው ላይ አጋንንታዊ ተፅዕኖ ሊመጣ ይችላል፡፡ በ2ሣሙኤል ባየነው የአምኖን ትዕማርን የመድፈር ታሪክ ውስጥ ፍቅሩ ወደ ጥላቻ ተለወጠ፡፡ ከዛም ትዕማር በኃፍረት መንፈስ ውስጥ ወደቀች፡፡

አሁን እግዚአብሔራዊ ያልሆነ የነፍስ እስራት ተፅዕኖ አድሮባችሁ ከሆነ ጌታን ለመጠየቅ ጊዜ ውሰዱ፡፡ እነዚህን እስራቶች በመቃወም ከሁለታችሁም ላይ እንዲሰበር በኢየሱስ ስም አሁኑኑ ፀልዩ! በመቀጠልም በአንድ ሥጋነታችሁና በጥልቅ መቀራረባችሁ ላይ በረከትን አውጥታችሁ ጸሉ! ይህንን የሚደግፉ ጥቅሶችን ከእግዚአብሔር ቃል ፈልጉ፡፡

ሰ. አሁን ጌታ ባሳያችሁ ጉዳዮች ላይ ስለተነጋገራችሁ እንደገና ለመታደስ ጊዜው አሁን ነው
1. የእግዚአብሔር ጊዜ ቁልፍ ስለሆነ አትቸኩሉ
2. መፈወሳችሁ የእግዚአብሔር ፍቃድ መሆኑን አስታውሱ፡፡
3. በሁሉም መንገድ አብራችሁ ጊዜ መውሰዳችሁ ጾታዊ ትስስራችሁን እንደገና ለመገንባት ጠቃሚ ነው፡፡
ሀ. የፍቅር ምሽቶች
ለ. አዝናኝ እንቅስቃሴዎች
ሐ. በሁሉም ጉዳይ ላይ በጥልቀት መነጋገር

ሸ. አንዳችሁ ለሌላችሁ ያላችሁን ፍቅርና መታመን እንደገና ለመገንባት የጋራ መከባበር ቁልፍ ነገር ነው፡፡ አንዳችሁ ለሌላችሁ የፈወስ ሂደት ጊዜ ስጡ፡፡ እንደ ባልና ሚስት ብቻ ሳይሆን ስሜቶች እንዳሉአቸው ግለሰቦችም ጭምር ተከባበሩ፡፡

ለአንዳችሁ ስለሌላችሁ ቃል እንዲሰጣችሁ ጌታን ጠይቁት ደግሞም እግዚአብሔር የትዳር አጋራችሁን እና ትዳራችሁን እንዴት እንደሚያይ ጻፉ፡፡ እግዚአብሔር ያሳችሁን ነገር እንድታስታውሱ ልታዩት በምትችሉበት መንገድ ሁለታችሁም የተለያየ ወረቀት በመጠቀም ጻፉ፡፡ ስለ ትዳራችሁና ስለ ጥልቅ መቀራረባችሁ አንዳችሁ ስለሌላችሁ ራዕይ እንዲሰጣችሁ እግዚአብሔርን ጠይቁት፡፡ ጌታ የሰጣችሁን ራዕይ መግለጥ የሚችል ጥቅስ ፈልጉ፡፡ ያገናችሁትንም ጥቅስ ራዕያችሁን በጻፋችሁበት ወረቀት ላይ ጻፉት፡፡

ዕንባቆም 2፥2
«እግዚአብሔርም መለሰልኝእንዲህም አለ፦ አንባቢው ይፈጥን ዘንድ ራእዩን ጻፍ፥ በጽላትም ላይ ግለጠው።»

ሮሜ 4፥17
«እርሱም፦ ለብዙ አሕዛብ አባት አደረግሁህ ተብሎ እንደ ተጻፈ፥ ለሙታን ሕይወት በሚሰጥ የሌለውንም እንዳለ አድርጎ በሚጠራ ባመነበት በአምላክ ፊት የሁላችን አባት ነው።»

የከበረ ጊዜ በአንድነት ስለሚለው ክፍል ማበረታቻ

ከእያንዳንዱ የከበረ ጊዜ በአንድነት ከሚለው ክፍል መጨረሻ ላይ በምታወጡአቸው የመስጠት ቃሎች በትዳራችሁ ውስጥ የበለጠ ጥልቅ መቀራረብ ማግኘታችሁን ልብ እንደምትሉ ተስፋ እናደርጋለን፡፡ እነዚህ የመስጠት ቃሎች ለትዳር አጋራችሁና ለቤተሰባችሁ ልታደርጉላቸው የሚገቡ ነገሮች ናቸው፡፡ ይህ ሲሆን ቤታችሁ የበለጠ ሰላም ይኖረዋል፡፡ በግላችሁም ሆነ እንደ ትዳር ጥንዶች እግዚአብሔር እንዳቀደላችሁ ስትኖሩ የተባረካችሁ ትሆናላችሁ፡፡

የከበረ *ጊዜ* *በአንድነት* *በፍቅር አንድ መሆን ቁልፍ ስድስት*

 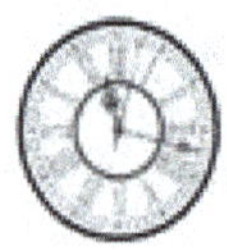  = የአንድነትን ሚስጥር መክፈት 

የአንድነት የፀሎት ጊዜ

የማረጋገጫ ቃል

በፍቅር አንድ የመሆን ጥናት

ስለ ፍቅር ቋንቋችሁ የበለጠ በጥልቀት ለመነጋገር አብራችሁ የምትሆኑበት ጊዜ ይኑራችሁ። አግዚአብሔር በልባችሁ ባስቀመጠው ማንኛውም ነገር እና በፍቅር ቋንቋችሁ አንዳችሁ ሌላችሁን ባርኩ። ጥልቅ መቀራረባችሁ እንዲጨምር በዓላማ ጌታን ፈልጉት።

እንደ ባልና ሚስት አንዳችሁ ሌላችሁን እንድታውቁ ልቦቻችሁን ለእርስ በእርሳችሁ እንዲያሳያችሁ ጌታን መጠየቅ አታቋርጡ።

የእርስ በእርስ መሰጣጠት

ሚስት የባሏ ፍቅረና ናት 1ቆሮንቶስ 7፥3-5
ባል የሚስቱ አፍቃሪ ነው ኤፌሶን 5፥25-28

ሰብሮ ለማለፍ የሚያስችሉ 8 ቁልፎች

በጆ እና ስቴፋኒ ዴሞት

MISSIONARIES 2 MARRIAGES

<u>ቁልፍ ሰባት፡-እሥራትን መስበር</u>

ሀ. እግዚአብሔር በየትውልዱ ሕዝቡን ይባርካል

ትውልድ ዘለል በረከቶች
ዘዳግም 30፥15-20
«ተመልከት ዛሬ በፊትህ ሕይወትንና መልካምነትን፥ ሞትንና ክፋትን አኑሬአለሁ። በሕይወትም እንድትኖር እንድትባዛም፥ አምላክህም እግዚአብሔር ልትወርሳት በምትገባባት ምድር እንዲባርክህ፥ አምላክህን እግዚአብሔርን ትወድድ ዘንድ፥ በመንገዱም ትሄድ ዘንድ ትእዛዙንና ሥርዓቱን ፍርዱንም ትጠብቅ ዘንድ ዛሬ እኔ አዝዝሃለሁ። ልብህ ግን ቢስት አንተም ባትሰማ፥ ብትታለልም፥ ለሌሎችም አማልክት ብትሰግድ ብታመልካቸውም፥ ፈጽማችሁ እንድትጠፉ እኔ ዛሬ እነግራችኋለሁ የርዳኖስን ተሻግረህ ትወርሳት ዘንድ በምትገባባት ምድር ዘመናችሁን አታስረዝሙም። በፊታችሁ ሕይወትንና ሞትን በረከትንና መርገምን እንዳስቀመጥሁ እኔ ዛሬ ሰማይንና ምድርን በአንተ ላይ አስመሰክራለሁ እንግዲህ አንተና ዘርህ በሕይወት ትኖሩ ዘንድ ሕይወትን ምረጥ እግዚአብሔርም ለአባቶችህ ለአብርሃምና ለይስሐቅ ለያዕቆብም እንዲሰጣቸው በማለላቸው በምድሪቱ ትቀመጥ ዘንድ፥ እርሱ ሕይወትህ የዘመንህም ርዝመት ነውና አምላክህን እግዚአብሔርን ትወድደው ትጠባበቀውም ቃሉንም ትሰማ ዘንድ ምረጥ።»

የአብርሃም በረከት
ዘፍጥረት 12፥2-3
«ታላቅ ሕዝብም አደርግሃለሁ፥ እባርክሃለሁ፥ ስምህንም አከብረዋለሁ ለበረከትም ሁን የሚባርኩህንም እባርካለሁ፥ የሚረግሙህንም እረግማለሁ የምድር ነገዶችም ሁሉ በአንተ ይባረካሉ።»

ይስሃቅ ያዕቆብን ባረከ
ዘፍጥረት 27፥1-4
«ይስሐቅ ሸምግሎ ዓይኖቹ ከማየት በፈዘዙ ጊዜ ታላቁን ልጁን ዔሳውን ጠርቶ፡- ልጄ ሆይ አለው እርሱም፡- እነሆ አለሁ አለው። እርሱም አለው፡- እነሆ እኔ አረጀሁ፥ የምሞትበትን ቀን አላውቅም። አሁንም ማደኛህን የፍላጻህን አፎትና ቀስትህን ውሰድ፥ ወደ ምድረ በዳም ውጣ፥ አደንም አድንልኝ ሳልሞትም ነፍሴ እንድትባርክህ የጣፈጠ መብል እኔ እንደምወደው አዘጋጅተህ እበላ ዘንድ አምጣልኝ።»

ዘፍጥረት 27፥27-29
«ወደ እርሱም ቀረበ፥ ሳመውም የልብሱንም ሽታ አሸተተ፥ ባረከውም፥እንዲህም አለ፡- የልጄ ሽታ እግዚአብሔር እንደ ባረከው እርሻ ሽታ ነው እግዚአብሔርም ከሰማይ ጠል ከምድርም ስብ የእህልንም የወይንንም ብዛት ይስጥህ እግዚአብሔርም ከሰማይ ጠል ከምድርም ስብ የእህልንም የወይንንም ብዛት ይስጥህ»

ያዕቆብ ኃላፊነት በጎደለው መንገድ ኤሳውን መስሎ ወደ አባቱ በመግባት አታሎ በረከቱን ሰረቀ፡፡ እግዚአብሔር ባህሪውን ይመለከት ነበር፡፡ በማታለልም ውስጥ ቢሆን ያዕቆብን ባረከው፡፡ ከዚያም ስሙን እስራኤል በማለት ለወጠለት፡፡ ያዕቆብ ከእግዚአብሔር ጋር ታገለ፡፡ ባሳለፈውም የሕይወት ውጣ ውረድ ውስጥ እግዚአብሔር የያዕቆብን ባህሪ ሰራ፡፡ ደግሞም ያዕቆብ በጽናት በረከትን ይፈልግ ስለነበር እግዚአብሔር ባረከው፡፡

ዘፍጥረት 32፥24-26
«ያዕቆብ ግን ለብቻው ቀረ አንድ ሰውም እስከ ንጋት ድረስ ይታገለው ነበር። እንዳላሸነፈውም ባየ ጊዜ የጭኑን ሹልዳ ነካው ያዕቆብም የጭኑ ሹልዳ ሲታገለው ደነዘዘ። እንዲህም አለው፡- ሊነጋ አቀላልቶአልና ልቀቀኝ። እርሱም፡- ካልባረክሽኝ አልለቅቅህም አለው። »

ዘፍጥረት 32፥27-32
«እንዲህም አለው፡- ስምህ ማን ነው? እርሱም፡- ያዕቆብ ነኝ አለው። አለውም፡- ከእንግዲህ ወዲህ ስምህ እስራኤል ይባል እንጂ ያዕቆብ አይባል ከእግዚአብሔር ከሰውም ጋር ታግለህ አሸንፈሃልና። ያዕቆብም። ስምህን ንገረኝ ብሎ ጠየቀው። እርሱም፡- ስሜን ለምን ትጠይቃለህ? አለው። በዚያም ስፍራ ባረከው። ያዕቆብም። እግዚአብሔርን ፊት ለፊት አየሁ፥ ሰውነቴም ድና ቀረች ሲል የዚያን ቦታ ስም ጵኒኤል ብሎ ጠራው። ጵኒኤልንም ሲያልፍ ፀሐይ ወጣችበት፥ እርሱም በጭኑ ምክንያት ያነክስ ነበር። ስለዚህም የእስራኤል ልጆች እስከ ዛሬ ድረስ የወርችን ሹልዳ አይበሉም የያዕቆብን ጭን ይዞ የወርችን ሹልዳ አደንዝዞአልና።»

ይስሃቅ ኤሳውን ባረከ፡፡ እግዚአብሔር ለኤሳው ሕይወት ዕቅድና በረከት ነበረው፡፡

ዘፍጥረት 27፥39-40
«አባቱ ይስሐቅም መለሰ አለውም፡- እነሆ፥ መኖሪያህ ከምድር ስብ ከላይ ከሚገኝ ከሰማይም ጠል ይሆናል በሰይፍህም ትኖራለህ፥ ለወንድምህም ትገዛለህ ነገር ግን በተቃወምኸው ጊዜ ቀንበሩን ከአንገትህ ትጥላለህ።»

የዮሴፍ በረከት

ዘፍጥረት 39፥5
«እንዲህም ሆነ በቤቱ ባለውም ሁሉ ላይ ከሾመው በኋላ እግዚአብሔር የግብፃዊውን ቤት ስለ ዮሴፍ ባረከው የእግዚአብሔር በረከት በውጪም በግቢም ባለው ሁሉ ላይ ሆነ።»

ያዕቆብ ልጁን ዮሴፍን ባረከው

ዘፍጥረት 49፥22-26
«ዮሴፍ ትንሹ የፍሬ ዛፍ ነው፥ በምንጭ አጠገብ የሚያፈራ የፍሬ ዛፍ አረጎቹ በቅጥር ላይ ያድጋሉ። ቀስተኞች አስቸገሩት፥ ነደፉትም፥ ተቃወሙትም ነገር ግን ቀስቱ እንደ ጸና ቀረ የእጆቹም ክንድ በያዕቆብ አምላክ እጅ በረታ፥ በዚያው በጠባቂው በእስራኤል ዓምድ፥ በአባትህ አምላክ እርሱም የሚረዳህ፥ ሁሉንም በሚችል አምላክ እርሱም የሚባርክህ፥ በሰማይ በረከት ከላይ በሚገኝ፥ በጥልቅም በረከት ከታች በሚሠራጭ፥ በጡትና በማኅፀን በረከት። የአባትህ በረከቶች ጽኑዓን ከሆኑ ከተራሮች በረከቶች ይልቅ ኃያላን ናቸው ዘላለማውያን ከሆኑ ከኮረፍቶችም በረከቶች ይልቅ ኃያላን ናቸው እነርሱም በዮሴፍ ራስ ላይ ይሆናሉ፥ በወንድሞቹ መካከል አለቃ በሆነው ራስ አናት ላይ።»

ዘፍጥረት 39፥5
«እንዲህም ሆነ በቤቱ ባለውም ሁሉ ላይ ከሾመው በኋላ እግዚአብሔር የግብፃዊውን ቤት ስለ ዮሴፍ ባረከው የእግዚአብሔር በረከት በውጪም በግቢም ባለው ሁሉ ላይ ሆነ።»

ጌታን በሚወድ ትውልድ በረከት እየጨመረ ይሄዳል

ዘጸአት 1፥5-7
«ከያዕቆብ ጕልበት የወጡት ሰዎች ሁሉ ሰባ ነፍሶች ነበሩ ዮሴፍም አስቀድሞ በግብፅ ነበረ። ዮሴፍም ሞተ፥ ወንድሞቹም፥ ያም ትውልድ ሁሉ። የእስራኤልም ልጆች አፈሩ፥ እጅግም በዙ፥ ተባዙም፥ እጅግም ጸኑ ምድሪቱም በእነርሱ ሞላች።»

ለአንዳንዱ የተሰፋ ቃል ዲያቢሎስ የራሱ ውሸት አለው፡፡

ትውልድ ዘለል መርገም

ለ. በመጽሐፍ ቅዱስ ውስጥ የትውልድ ዘለል መርገሞች በርካታ ምሳሌዎች አሉ፡፡ በዚህ ርእስ ዙሪያም ብዙ ትምህርቶች አሉ፡፡ ጥቂቶች ትውልድ ዘለል መርገም የሚባል የለም ይላሉ፡፡ ሌሎች ደግሞ ሰው አንድ ጊዜ ኢየሱስን እንደ አዳኙና እንደ ጌታው አድርጎ ከተቀበለ ትውልድን ሊጎዳ የሚችል ነገር የለም ይላሉ፡፡

1. በዘራችሁ መርገም ወይም ተፅዕኖ ካለ ከቤተሰባችሁ በምትመለከቱት ነገር ማወቅ ትችላላችሁ፡፡
2. ትኩረት መስጠት የሚያስፈልጋችሁ መንፈስ ቅዱስ እንድታተኩሩበት በሚያሳያችሁ ጉዳይ ላይ ብቻ ይሁን፡፡
3. ምንም ተብሎ ይጠራ ወይም ከየትም ይምጣ እግዚአብሔር ከማንኛውም እስራት ነጻ እንድትወጡ ይፈልጋል፡፡

ዘጸአት 20፥5-6
«አትስገድላቸው፥ አታምልካቸውምም በሚጠሉኝ እስከ ሦስተኛና እስከ አራተኛ ትውልድ ድረስ የአባቶችን ኃጢአት በልጆች ላይ የማመጣ ለሚወድዱኝ፥ ትእዛዜንም ለሚጠብቁ እስከ ሺህ ትውልድ ድረስ ምሕረትን የማደርግ እኔ እግዚአብሔር አምላክህ ቀናተኛ አምላክ ነኝና።»

4. እጅግ ብዙ ጊዜ በትውልድ ዘለል መርገምነቱ የሚነሳው አብርሃም ሚስቱን ሳራን እህቴ ናት ብሎ መዋሸቱ ነው፡፡ የአብርሃም ልጅ ይስሐቅ ሚስቱን እህቴ ናት ብሎ ዋሸ፡፡ የይስሐቅ ልጅ ያዕቆብ የወንድሙን በረከት ለመውሰድ ሲል አባቱን ዋሸ፡፡ የያዕቆብ ልጆች ወንድማቸውን ዮሴፍን ለባርነት ከሸጡት በኋላ ሞቷል ብለው ዋሹ፡፡

5. ሁላችንም «ታሪክ ራሱን ይደግማል» ሲባል ሰምተናል፡፡

ዘኁልቁ 14፥18
«እግዚአብሔር ታጋሽና ምሕረቱ የበዛ፥ አበሳንና መተላለፍን ይቅር የሚል፥ ኃጢአተኞችንም ከቶ የማያነጻ፥ የአባቶችን ኃጢአት እስከ ሦስትና እስከ አራት ትውልድ ድረስ በልጆች ላይ የሚያመጣ ነው»

ዘዳግም 5፥9
«በሚጠሉኝ እስከ ሦስተኛና እስከ አራተኛ ትውልድ ድረስ የአባቶችን ኃጢአት በልጆች ላይ የማመጣ እኔ እግዚአብሔር አምላክህ ቀናተኛ አምላክ ነኝና አትስገድላቸው፥ አታምልካቸውም።»

ሐ. በዘራችሁ ከላይ ያየነውን የውሸት ሰንሰለት የሚመስል ነገር ይታያችኋል? በዘር ሐረጋችሁ ውስጥ ብዙ ፍቺዎች ታያላችሁን? የትዳር ታማኝነትን ማጉደልስ? በዘራችሁ ካለ ነገር የተነሳ አሁን በትዳራችሁ ውስጥ የምትታገሉበት ነገር አለን?

መ. ለችግሩ ምንም አይነት ደረጃ እንስጠው የምስራቹ ኢየሱስ ነጻ ሊያወጣችሁ መፈለጉ ነው፡፡
1. ኢየሱስ ከእስራት ነጻ ያወጣችኋል
2. ዝሆን በክፍሉ ውስጥ አለ? ማለትም በቤተሰባችሁ ውስጥ ሰው ሁሉ የሚያውቀው ነገር ግን መፍትሄ ያልተገኘለት ግዙፍ ጉዳይ አለ?
3. መንፈስ ቅዱስ ለእናንተ እንዲገልጥላችሁ የምትፈልጉት የተሰወረ ነገር አለ?
4. ምናልባትም ከሌሎች የተማርነው እግዚአብሔራዊ ያልሆነ ጠባይ ሊሆን ይችላል፡፡
5. በትክክል ኢላማችሁን ምቱ

ኢዮብ 12፥22
«ጥልቅ ነገር ከጨለማ ይገልጣል፥ የሞትንም ጥላ ወደ ብርሃን ያወጣል።»

መዝሙር 18፥28
«አንተ መብራቴን ታበራለህና እግዚአብሔር አምላኬ ጨለማዬን ያበራል።»

ማርቆስ 4፥22
«እንዲገለጥ ባይሆን የተሰወረ የለምና፤ ወደ ግልጥ እንዲመጣ እንጂ የተሸሸገ የለም።»

የእኛ ልምምድ:- ሁለታችንም ወደ ደህንነት ከመጣን በኋላ በቤተሰባችን ሐረግ ውስጥ የምናያቸው ጉዳዮች ነበሩ:: ከእነዚህ ጉዳዮች ጋር በመንፈስ መጋደል ነበረብን:: ወደ እኛ ወይም ወደ ልጆቻችን መምጣት አልነበረባቸውም:: እነዚህን ነገሮች ስላልተረዳናቸው ግራ መጋባታችን እነዚህን ባህሪያት እንዲቀጥሉ ፈቀደላቸው:: ኃጢአት ብዥታን ይፈጥራል ደግሞም የሕይወታችሁንና የፍጻሜአችሁን የጠራ መንገድ ይዘጋል::

ሠ. እግዚአብሔራዊ ያልሆነውን የወላጆቻችሁን ወይም የሌሎች ሰዎችን ጠባይ ለትዳራችሁ ምሳሌ አድርጋችሁ አትመልከቱ:: ትዳራችሁን ከአለም ውሸት ጋር ለማወዳደር በጭራሽ አትሂዱ:: በእግዚአብሔር ቃል ውስጥ የምናገኛቸው እግዚአብሔራዊ ምሳሌዎች ምርጥ ምሳሌዎች ናቸው:: ስለሆነም ምሳሌ ፍለጋ ወደ ዲያቢሎስ አትሂዱ::

1. ችግሩ እንዲገለጥ ፀልዩ

2. አንድ ጊዜ እግዚአብሔራዊ ያልሆነ አካሄድ ካያችሁ ምንጊዜም ለይታችሁ ታውቁታላችሁ
   ሀ. ከትዳር አጋራችሁ ጋር በመፀለይ በችግሩ ላይ ተነጋገሩ
   ለ. ለመፀለይ ጊዜ ውሰዱ:: መርገም ወይም አጋንንታዊ ተፅዕኖዎች ካሉ እግዚአብሔርን እንዲያሳያችሁ ጠይቁት:: አሁን ከዘመዶቻችሁ ላይ እና ምናልባትም ከትዳራችሁ ላይ የመርገምን መተላለፊያ አቁሙ:: እግዚአብሔር ያሳያችሁን ነገር ማመን እና ከእግዚአብሔር ቃል ጋር ማያያዝ ያስፈል ጋችኋል::

ኤፌሶን 5፥8-11
«ቀድሞ ጨለማ ነበራችሁና፥ አሁን ግን በጌታ ብርሃን ናችሁ፤ የብርሃኑ ፍሬ በበጎነትና በጽድቅ በእውነትም ሁሉ ነውና ለጌታ ደስ የሚያሰኘውን እየመረመራችሁ፥ እንደ ብርሃን ልጆች ተመላለሱ፤ ፍሬም ከሌለው ከጨለማ ሥራ ጋር አትተባበሩ፥ ይልቁን ግለጡት እንጂ፥»

ረ. በቤተሰባችን ውስጥ ያለውን አካሄድ ጠላት ያውቃል:: ሰይጣን ኃጢአትን እና በደልን እግዚአብሔራዊ ላልሆነ አሠራሩ ለምክንያትነት ይጠቀምበታል::

1. ቁልፉ ነገር ከኃጢአታችሁ መመለሳችሁ ነው
2. በዘር ሐረጋችሁ ውስጥ የምታዩትን መርገምና እግዚአብሔራዊ ያልሆነ አካሄድ በኢየሱስ ስም ስበሩት
3. የአባታችሁን ኃጢአት ተናዘዙ
4. ፍቺ መርገም ነው

ዘዳግም 28፥30-35
«ሚስት ታጫለህ፥ ሌላም ሰው ከእርስዋ ጋር ይተኛል ቤት ትሠራለህ፥ አትቀመጥበትም ወይን ትተክላለህ፥ ከእርሱም አትበላም። በሬህ በፊትህ ይታረዳል፥ ከእርሱም አትበላም አህያህ ከእጅህ በግድ ይወሰዳል፥ ወደ አንተም አይመለስም በግህ ለጠላቶችህ ትሰጣለች፥ የሚያድንህም አታገኝም። ወንዶችና ሴቶች ልጆችህ ለሌላ ሕዝብ ይሰጣሉ፥ ዓይኖችህም ያያሉ፥ ሁልጊዜም ስለ እነርሱ ሲባክኑ ያልቃሉ በእጅህም ኃይል ምንም አይገኝም። የምድርህን ፍሬ ድካምህንም ሁሉ የማታውቀው ሕዝብ ይበላዋል አንተም ሁልጊዜ የተጨነቅህ የተገፋህም ትሆናለህ። ዓይኖችህም ከሚያዩት የተነሣ ዕብድ ትሆናለህ። እግዚአብሔር ፈውስ በሌለው በክፉ ቍስል ጕልበትህንና ጭንህን ከእግርህ ጫማ እስከ አናትህ ድረስ ይመታሃል።»

5. ንስሐ ካልገባንና አካሄዳችንን ከእግዚአብሔር ጋር ካላደረግን እኛ ባሪያዎች ነን::

ት. ኢሳይያስ 65፥15
«ስማችሁንም ለተመረጡት ሕዝቤ እርግማን አድርጋችሁ ትተዋላችሁ፥ ጌታ እግዚአብሔርም ይገድላችኋል፥ ባሪያዎቹንም በሌላ ስም ይጠራቸዋል።»

6. ሐዋርያው ጳውሎስ በእግዚአብሔር መንገድ ውስጥ ስለመራመድ ሲናገር እንደገና ሮሜ 10፥14-21ን ይጠቅሳል::

ሮሜ 10፥14-21

«እንግዲህ ያላመኑበትን እንዴት አድርገው ይጠሩታል? ባልሰሙትስ እንዴት ያምናሉ? ያለ ሰባኪስ እንዴት ይሰማሉ? መልካሙን የምሥራች የሚያወሩ እግሮቻቸው እንዴት ያማሩ ናቸው ተብሎ እንደ ተጻፈ ካልተላኩ እንዴት ይሰብካሉ? ነገር ግን ሁሉ ለምሥራቹ ቃል አልታዘዙም። ኢሳይያስ ጌታ ሆይ፥ ምስክርነታችንን ማን አመነ? ብሎአልና። እንግዲያስ እምነት ከመስማት ነው መስማትም በእግዚአብሔር ቃል ነው። ዳሩ ግን ባይሰሙ ነው ወይ? እላለሁ በእውነት ድምፃቸው በምድር ሁሉ ላይ ቃላቸውም እስከ ዓለም ዳርቻ ወጣ። ነገር ግን እስራኤል ባያውቁ ነው ወይ? እላለሁ ሙሴ አስቀድሞ። እኔ ሕዝብ በማይሆነው አስቀናችኋለሁ በማያስተውልም ሕዝብ አስቆጣችኋለሁ ብሎአል። ኢሳይያስም ደፍሮ ላልፈለጉኝ ተገኘሁ፥ ላልጠየቁኝም ተገለጥሁ አለ። ስለ እስራኤል ግን ቀኑን ሁሉ ወደማይታዘዝና ወደሚቃወም ሕዝብ እጆቼን ዘረጋሁ ይላል።»

7. አመፅ የእናንተ ጠላት ነው፡፡ የእግዚአብሔርን ቃል እወቁ ለእርሱም ታማኝ ሆናችሁ ቆዩ የተጠበቃችሁም ትሆናላችሁ፡፡

ሮሜ 4፥3-8

ቁ3-4፦*«መጽሐፍስ ምን አለ? አብርሃምም እግዚአብሔርን አመነ ጽድቅም ሆኖ ተቈጠረለት። ለሚሠራ ደመወዝ እንደ ዕዳ ነው እንጂ እንደ ጸጋ አይቈጠርለትም፤»*

ቁ5-6 *«ነገር ግን ለማይሠራ፥ ኃጢአተኛውንም በሚያደድቅ ለሚያምን ሰው እምነቱ ጽድቅ ሆኖ ይቆጠርለታል። እንደዚሁ ዳዊት ደግሞ እግዚአብሔር ያለ ሥራ ጽድቅን ስለሚቆጥርለት ስለ ሰው ብፅዕና ይናገራል እንዲህ ሲል»*

ቁ7 *«ዓመፃቸው የተሰረየላቸው ኃጢአታቸውም የተከደነላቸው ብፁዓን ናቸው፤»*

ቁ8 *«ጌታ ኃጢአቱን የማይቆጥርበት ሰው ብፁዕ ነው።»*

ሮሜ 8፥28

«እግዚአብሔርንም ለሚወዱት እንደ አሳቡም ለተጠሩት ነገር ሁሉ ለበጎ እንዲደረግ እናውቃለን።»

ዕብራውያን 11፥24-26

«ሙሴ ካደገ በኋላ የፈርዖን የልጅ ልጅ እንዳይባል በእምነት እምቢ አለ፤ ከግብፅም ብዙ ገንዘብ ይልቅ ስለ ክርስቶስ መነቀፍ እጅግ የሚበልጥ ባለ ጠግነት እንዲሆን አስቦአልና ለጊዜው በኃጢአት ከሚገኝ ደስታ ይልቅ ከእግዚአብሔር ሕዝብ ጋር መከራ መቀበልን መረጠ፤ ብድራቱን ትኵር ብሎ ተመልክቶአልና።»

ዘጸአት 34፥7

«እስከ ሺህ ትውልድም ቸርነትን የሚጠብቅ፥ አበሳንና መተላለፍን ኃጢአትንም ይቅር የሚል፥ በደለኛውንም ከቶ የማያነጻ፥ የአባቶችንም ኃጢአት በልጆች እስከ ሦስትና እስከ አራት ትውልድም በልጅ ልጆች የሚያመጣ አምላክ ነው ሲል አወጀ።»

አሁን ባነበባችኋቸው ጥቅሶች ላይ ከትዳራ አጋራችሁ ጋር በአንድነት ለመፀለይ ጊዜ ውሰዱ፡፡ ከዚያም ጌታ ያሳያችሁን ከዚህ በታች ጻፉ፡፡

የሐንስ 2፥20-21

«እናንተም ከቅዱሱ ቅባት ተቀብላችኋል፥ ሁሉንም ታውቃላችሁ። እውነትን የምታውቁ ስለ ሆናችሁ፥ ውሸትም ሁሉ ከእውነት እንዳልሆነ ስለምታውቁ እንጂ እውነትን ስለማታውቁ አልጽፍላችሁም።»

ጌታን ለሚወዱ በረከት እና ምህረት እስከ ሺ ትውልድ ድረስ መሆኑን አስታውሱ! ትኩረታችሁን በበረከት ላይ አድርጉ፣ ምክንያቱም እርግማን በመስቀል ተሸንፎአል፡፡ በመጨረሻም በኢየሱስ ደም አማካኝነት ማንኛውንም መርገምና በየትውልዱ የሚታየውን ክፉ ነገር መስበር ትችላላችሁ፡፡

ዘጸአት 20፥5-6
«አትስገድላቸው፥ አታምልካቸውምም በሚጠሉኝ እስከ ሦስተኛና እስከ አራተኛ ትውልድ ድረስ የአባቶችን ኃጢአት በልጆች ላይ የማመጣ ለሚወድዱኝ፣ ትእዛዜንም ለሚጠብቁ እስከ ሺህ ትውልድ ድረስ ምሕረትን የማደርግ እኔ እግዚአብሔር አምላክህ ቀናተኛ አምላክ ነኝና።»

ሰ. በዘር ከሚተላለፍ ማንኛውም ነገር ወይም ከመርገም ነጻ ለመውጣት ትክክለኛው ፀሎት የጌታ ፀሎት ነው ኢየሱስ እራሱ በዚህ መንገድ እንድንፀልይ ተናግሮአል፡፡

ማቴዎስ 6፥9-13
እንግዲህ እናንተስ እንዲህ ጸልዩ።

በሰማያት የምትኖር አባታችን ሆይ፥	***ለንጉሥነቱ እውቅና መስጠት***
ስምህ ይቀደስ፤	***ለመለኮትነቱ መስገድ***
መንግሥትህ ትምጣ፤	***ለመንግሥቱ እውቅና መስጠት***
ፈቃድህ በሰማይ እንደ ሆነች እንዲሁ በምድር ትሁን፤	***ለዓላማው ምላሽ መስጠት***
የዕለት እንጀራችንን ዛሬ ስጠን፤	***የእርሱን አቅርቦት መቀበል***
እኛም ደግሞ የበደሉንን ይቅር እንደምንል	***ሌሎችን ይቅር ማለት እንደሚያስፈልገን ማወቅ***
በደላችንን ይቅር በለን፤	***ንስሐ መግባት አስፈላጊ መሆኑን መቀበል***
ከክፉም አድነን እንጂ	***ጥበቃውን መገንዘብ***
ወደ ፈተና አታግባን፤	***በመንፈስ ቅዱስ ተመሩ***
መንግሥት ያንተ ናትና	
ኃይልም ክብርም ለዘለዓለሙ፤ አሜን።	***ግዛቱን እና ሥልጣኑን መረዳት***

2ዜና 7፥14
«በስሜ የተጠሩት ሕዝቤ ሰውነታቸውን አዋርደው ቢጸልዩ፥ ፊቴንም ቢፈልጉ፥ ከክፉ መንገዳቸውም ቢመለሱ፥ በሰማይ ሆኜ እሰማለሁ፥ ኃጢአታቸውንም ይቅር እላለሁ፥ ምድራቸውንም እፈውሳለሁ።»

ፊቱን ፈልጉ እርሱም ምድራችንን ይፈውሳል፡፡

ይህም ቀጣዩ ትውልድ በረከቶችን ይቀበል ዘንድ ነው፡፡

ግልፅነት

ሸ. ከትዳር አጋሮቻችን ጋር ጤናማና ፍቅር የሞላበት ግንኙነት እንዲኖረን ተጋላጭ ወይም ግልፅ መሆን መቻል አለብን፡፡ ይህም ማለት በልባችን ያለውን ጭምር ሁሉንም ነገር ግልፅ ማድረግ መቻል ማለት ነው፡፡ ጠላት እናንተን በመቃወም የትዳር አጋራችሁን ለማጥቃት የሚጠቀምበትን ነገር ለማግኘት ይጠብቃል፡፡ ስለሆነም ለእርሱ የሚያጠቃበትን መሳሪያ አትስጡት፡፡

ሰይጣን መንፈሳዊ ጥቃት ውስጥ እንዲያስገባችሁ አትፍቀድለት፡፡

ዮሐንስ 10፥10
«ሌባው ሊሰርቅና ሊያርድ ሊያጠፋም እንጂ ስለ ሌላ አይመጣም፤ እኔ ሕይወት እንዲሆንላቸው እንዲበዛላቸውም መጣሁ።»

ቀ. አዳምና ሔዋን በተፈጠሩ ጊዜ እንደ ባልና ሚስት በመካከላቸው ደግሞም በእነርሱና በእግዚአብሔር መካከል ምንም ከፉ ነገር አልነበረም፡፡ በእግዚአብሔር ላይ ኃጢአትን ባደረጉ ጊዜ ግን አፈሩ ደግሞም ከእግዚአብሔር ራሳቸውን ደበቁ፡፡

ዘፍጥረት 2፥25
«አዳምና ሚስቱ ሁለቱም ዕራቁታቸውን ነበሩ፥ አይተፋፈሩም ነበር።»

ዘፍጥረት 3፥7
«የሁለቱም ዓይኖች ተከፈቱ፥ እነርሱም ዕራቁታቸውን እንደ ሆኑ አወቁ የበለስንም ቅጠሎች ሰፍተው ለእነርሱ ለራሳቸው ግልድም አደረጉ።»

1. አፍረት በእስራት ውስጥ ይጥለናል
2. በውሸት መሸፈኛ ራሳችንን ለመደበቅ እንጥራለን
3. ኃጢአታችንን ወይም ድካማችንን የትዳር አጋሮቻችን ካወቁ ይቆስላሉ ብለን እንፈራለን፡፡ ሆኖም ባንነግራቸውም አንድ ሥጋ ከመሆናችን የተነሳ በተፈጠረው ነገር የቆሰልነው አብረን ነው፡፡
4. በተለይም ጾታዊ ኃጢአት በሚሆንበት ጊዜ ከዚህ በላይ የተዘረዘሩት ሁሉ ምላሽ በመሆን ወደ እኛ ይመጣሉ፡፡

ያዕቆብ 5፥16
«እርስ በርሳችሁ በኃጢአታችሁ ተናዘዙ። ትፈወሱም ዘንድ እያንዳንዱ ስለ ሌላው ይጸልይ፤ የጻድቅ ሰው ጸሎት በሥራዋ እጅግ ኃይል ታደርጋለች።»

ማሳሰቢያ፡- በዚህ ጊዜ ምንም አይነት ድብቅ ኃጢአታቸውን እንዲገልጡ የትዳር አጋራችሁን አትጫኑአቸው፡፡ ይህንን ጉዳይ በመንፈሳዊ ስልት በጾምና በፀሎት ልንይዘው ይገባል፡፡ የሁለታችሁም ልብ በመንፈስ ቅዱስ የተዘጋጀ ሊሆን ይገባል፡፡ ጌታ ካላሳያችሁ በቀር ማንኛውንም ኃጢአት መቼ፣ የት እና እንዴት መግለጥ እንዳለባችሁ ሰው ሊያሳያችሁ አይችልም፡፡ ስለ ትክክለኛው ጊዜና ፈውስ እግዚአብሔርን ታመኑ፡፡ ልትናዘዙት የሚገባ ድብቅ ኃጢአት ካላችሁ የትዳር አጋራችሁን ልብ እንዲያዘጋጅ እግዚአብሔርን በፀሎት ጠይቁት፡፡ (ት. ኤርሚያስ 4፥3 *እግዚአብሔር ለይሁዳና ለኢየሩሳሌም ሰዎች እንዲህ ይላልና ጥጋቱን እርሻ እረሱ በእሾህም ላይ አትዝሩ።*) መንፈስ ቅዱስ ትክክለኛ ጊዜ መሆኑን ሲያረጋግጥላችሁ ብቻ ይህን አድርጉ፡፡ ምንም አይነት ኃጢአት አድርጋችሁ ቢሆን እግዚአብሔር ሊፈውሳችሁ እንደሚፈልግ አስታውሱ፡፡ ይህንን አሁኑኑ በልባችሁ ወስኑ!

ገላትያ 5፥1
«በነጻነት ልንኖር ክርስቶስ ነጻነት አወጣን፤ እንግዲህ ጸንታችሁ ቁሙ እንደ ገናም በባርነት ቀንበር አትያዙ።»

ማቴዎስ 5፥14-16
«እናንተ የዓለም ብርሃን ናችሁ። በተራራ ላይ ያለች ከተማ ልትሰወር አይቻላትም። መብራትንም አብርተው ከዕንቅብ በታች አይደለም እንጂ በመቅረዙ ላይ ያኖሩታል በቤት ላሉት ሁሉም ያበራል። መልካሙን ሥራችሁን አይተው በሰማያት ያለውን አባታችሁን እንዲያከብሩ ብርሃናችሁ እንዲሁ በሰው ፊት ይብራ።»

በ. ግልፅነት ጠላትን የምትቃወሙበት ሌላ መሳሪያ ነው፡፡

1. በማንኛውም ጥቃት ሥር ብትሆኑ ለትዳር አጋራችሁ ንገሩ፡፡ በመጀመሪያው የጥቃት ምልክት ላይ ፀልዩ፡፡
2. ወደ ተግባር ከመለወጡ በፊት ኃሳቡን አግኙት፡፡
3. የእግዚአብሔርን ቃል ባማንበብ አእምሮአችሁን አድሱ ቆሻሻውንም አስወግዱ፡፡
4. የትንሣኤው ኃይል የመቃብር መጥፎ ሽታ አይደለም፡፡

ዘፍጥረት 4፥3-7
«ከብዙ ቀን በኋላም ቃየን ከምድር ፍሬ ለእግዚአብሔር መሥዋዕትን አቀረበ አቤልም ደግሞ ከበጎቹ በኵራትና ከስቡ አቀረበ። እግዚአብሔርም ወደ አቤልና ወደ መሥዋዕቱ ተመለከተ ወደ ቃየንና ወደ መሥዋዕቱ ግን አልተመለከተም። ቃየንም እጅግ ተናደደ ፊቱም ጠቈረ። እግዚአብሔርም ቃየንን አለው። ለምን ተናደድህ? ለምንስ ፊትህ ጠቈረ? መልካም ብታደርግ ፊትህ የሚበራ አይደለምን? መልካም ባታደርግ ግን ኃጢአት በደጅ ታደባለች ፈቃድዋም ወደ አንተ ነው፥ አንተ ግን በእርስዋ ንገሥባት።»

5. **የሀሰት መሸፈኛ እንዲኖራችሁ ለራሳችሁ አትፍቀዱ**
   1. ሥራችሁ
   2. እምነታችሁ
   3. በእግዚአብሔር ሳይሆን በራሳችሁ ብቻ መደገፍ
   4. ቤተሰብ

በእናንተ እና ከጌታ ጋር ባላችሁ ግንኙነት መካከል ምንም ነገር እንዲገባ አትፍቀዱ፡፡

2ቆሮንቶስ 4፥5-6
«የክርስቶስ ሥቃይ በእኛ ላይ እንደ በዛ፥ እንዲሁ መጽናናታችን ደግሞ በክርስቶስ በኩል ይበዛልናልና። ዳሩ ግን መከራ ብንቀበል፥ ስለ መጽናናታችሁና ስለ መዳናችሁ ነው፤ ብንጽናናም፥ እኛ ደግሞ የምንሣቀይበት በዚያ ሥቃይ በመጽናት ስለሚደረግ ስለ መጽናናታችሁ ነው።»

ት.ሆሴዕ 4፥6
«ሕዝቤ እውቀት ከማጣቱ የተነሣ ጠፍቶአል አንተም እውቀትን ጠልተሃልና እኔ ካህን እንዳትሆነኝ እጠላሃለሁ የአምላክህንም ሕግ ረስተሃልና እኔ ደግሞ ልጆችህን እረሳለሁ።»

2ቆሮንቶስ 5፥17
«ስለዚህ ማንም በክርስቶስ ቢሆን አዲስ ፍጥረት ነው፤ አሮጌው ነገር አልፎአል፤ እነሆ፥ ሁሉም አዲስ ሆኖአል።»

ተ. እግዚአብሔር በሁሉም ላይ ሥልጣን አለው፣ ይህም ሥልጣን በልጁ በኢየሱስ በኩል ለእናንተ ተሰጥቷ ችኋል፡፡ እናንተ በክርስቶስ ኢየሱስ ከአሸናፊዎች ሁሉ በላይ ናችሁ!!!

ሮሜ 8፥37
«በዚህ ሁሉ ግን በወደደን በእርሱ ከአሸናፊዎች እንበልጣለን።»

ማቴዎስ 28፥18-20
«ኢየሱስም ቀረበና እንዲህ ብሎ ተናገራቸው። ሥልጣን ሁሉ በሰማይና በምድር ተሰጠኝ። እንግዲህ ሂዱና አሕዛብን ሁሉ በአብ በወልድና በመንፈስ ቅዱስ ስም እያጠመቃችኋቸው፥ ያዘዝኋችሁንም ሁሉ እንዲጠብቁ እያስተማራችኋቸው ደቀ መዛሙርት አድርጓቸው፤ እነሆም እኔ እስከ ዓለም ፍጻሜ ድረስ ሁልጊዜ ከእናንተ ጋር ነኝ።» አሜን፡፡

የከበረ *ጊዜ* *በአንድነት* እስራትን መስበር ቁልፍ ስባት

 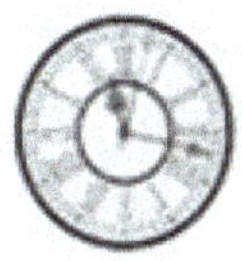  = የአንድነትን ሚስጥር መክፈት 

የአንድነት የፀሎት ጊዜ

የማረጋገጫ ቃል

እሥራትን የመስበር ክፍለ ጊዜ ጥናት

በቤተሰባችሁ በቀጣይነት የሚመጡትን ትውልዶች በዓላማ ለመባረከ ጥቂት ምርጥ ጊዜ ይኑራችሁ፡፡ አንዳችሁ ሌላችሁን ባርኩ፡፡ ልጆቻችሁን ሁሉ፣ ወደፊት የሚመጡትን የልጆቻችሁን ልጆችና ቀጣይ ዝርያችሁን ሁሉ ባርኩ፡፡

እንደ ባልና ሚስት ስለ በረከት ምን እንደተማራችሁ እና በረከት ለትዳራችሁ ምን ማለት እንደሆነ ጻፉ፡፡

የእርስ በእርስ መስጠት

ባል ለቤተሰቡ አስፈላጊውን ነገር ያቀርባል 1ጢሞቴዎስ 5፥8

ሚስት ባሏ ያቀረበውን ምርጥ አድርጋ ትሰራለች ምሳሌ 31፥13-27

ማስታወሻ

ሰብሮ ለማለፍ የሚያስችሉ 8 ቁልፎች

በጆ እና ስቴፋኒ ዴሞት

MISSIONARIES 2 MARRIAGES

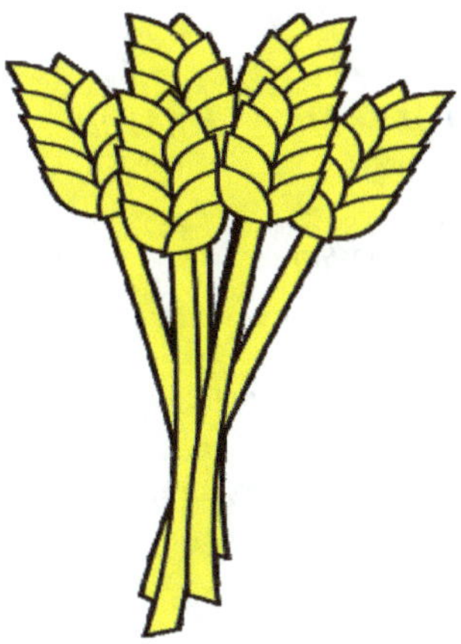

ቁልፍ ስምንት የመባዛት ዋጋ

ሀ. መባዛት ከእግዚአብሔር ዘንድ ነው! እግዚአብሔር የሰጠን መልካም ነገሮች እንዲባዙ ይፈልጋል፡፡ እንደምንባዛ ቃል ገብቶልናል፡፡

ዘፍጥረት 1፥22
«እግዚአብሔርም እንዲህ ብሎ ባረካቸው፦ ብዙ ተባዙም የባሕርንም ውኃ ሙሉአት ወፎችም በምድር ላይ ይብዙ።»

ለ. በተጨማሪም እግዚአብሔር በሕይወታችን መባዛትን እንድናይ ሥልጣን ሰጥቶናል፡፡

ዘፍጥረት 1፥28
«እግዚአብሔርም ባረካቸው፥ እንዲህም አላቸው፦ ብዙ፥ ተባዙ፥ ምድርንም ሙሉአት፥ ግዙአትም የባሕርን ዓሦችና የሰማይን ወፎች በምድር ላይ የሚንቀሳቀሱትንም ሁሉ ግዙአቸው።»

1. እግዚአብሔር ለአዳምና ለሔዋን እንዲገዙ ነገራቸው፡፡
2. እኛም እንደዚሁ ገዢዎች መሆን ወይም መግዛት አለብን፡፡
3. እኛም በትዳራችን እና በቤተሰባችን ይህንን ለማድረግ ከእግዚአብሔር የተሰጠን ሥልጣን አለን፡፡

ዘፍጥረት 9፥7
«እናንተም ብዙ፥ ተባዙ በምድር ላይ ተዋለዱ፥ እርቡባትም።»

ሐ. እግዚአብሔር ከእኛ ጋር ኪዳን ስለገባ የሰጠንን የተስፋ ቃሎች ይፈጽማል፡፡

ዘፍጥረት 17፥2
«ቃል ኪዳኔንም በእኔና በአንተ መካከል አደርጋለሁ፥ እጅግም አበዛሃለሁ አለው።»

ዘፍጥረት 22፥17
«በእውነት በረከትን እባርክሃለሁ፥ ዘርህንም እንደ ሰማይ ከዋክብትና በባሕር ዳር እንዳለ አሸዋ አበዛዋለሁ ዘርህም የጠላቶችን ደጅ ይወርሳል»

መ. በሕይወታችን እና በቤተሰባችን ማባዛት የምንፈልገውን ለመምረጥ ምርጫ አለን፡፡

ገላትያ 6፥7-9
«አትሳቱ፤ እግዚአብሔር አይዘበትበትም። ሰው የሚዘራውን ሁሉ ያንኑ ደግሞ ያጭዳልና፤ በገዛ ሥጋው የሚዘራ ከሥጋ መበስበስን ያጭዳልና፥ በመንፈስ ግን የሚዘራው ከመንፈስ የዘላለምን ሕይወት ያጭዳል። ባንዝልም በጊዜው እናጭዳለንና መልካም ሥራን ለመሥራት አንታክት።»

ሠ. እግዚአብሔር በሕይወታችን መልካም ነገሮችን ማባዛት ይፈልጋል፡፡ የእነዚህን የመልካም ነገሮች ዘር እንድናበቅል፣ እንድናሳድግና እንድናባዛ ይጠብቅብናል፡፡

ት.ሆሴዕ 4፥6
«ሕዝቤ እውቀት ከማጣቱ የተነሣ ጠፍቶአል አንተም እውቀትን ጠልተሃልና እኔ ካህን እንዳትሆነኝ እጠላሃለሁ የአምላክህንም ሕግ ረስተሃልና እኔ ደግሞ ልጆችህን እረሳለሁ።»

አትታለሉ፡፡ በእግዚአብሔር ማባዛት አመናችሁም አላመናችሁም መሆኑ አይቀርም፡፡ ይህ የመባዛት ሕግ ነው፡፡

1. እግዚአብሔር ለሕይወታችን ሕይወትን እንድንመርጥ ይፈልጋል፡፡
2. ለዚህ ነው እንድንባዛ የሚፈልገው፡፡ ነገር ግን ያለመታደል ሆኖብን እኛ ሰዎች ሁልጊዜ ሕይወትን አንመርጥም፡፡

ረ. የእርሱ ፍላጎት ትክክለኛውን ምርጫ እንድንመርጥ ቢሆንም ነጻ ፍቃድ እንዲኖረን አድርጎ ስለፈጠረን ምርጫውን ለእኛ ይተውልናል፡፡

ዘዳግም 30፥19-20
«በፊታችሁ ሕይወትንና ሞትን በረከትንና መርገምን እንዳስቀመጥሁ እኔ ዛሬ ሰማይንና ምድርን በአንተ ላይ አስመሰክራለሁ እንግዲህ አንተና ዘርህ በሕይወት ትኖሩ ዘንድ ሕይወትን ምረጥ እግዚአብሔርም ለአባቶችህ ለአብርሃምና ለይስሐቅ ለያዕቆብም እንዲሰጣቸው በማለላቸው በምድሪቱ ትቀመጥ ዘንድ፥ እርሱ ሕይወትህ የዘመንህም ርዝመት ነውና አምላክህን እግዚአብሔርን ትወድደው ትጠባበቀውም ቃሉንም ትሰማ ዘንድ ምረጥ።»

1. እግዚአብሔር እንድናባዛው የሚፈልገውን ይሰጠናል

2. ጠላትም ደግሞ የራሱን ዘር እንድትዘሩለት ሊሰጣችሁ ይጥራል ፤ ሆኖም እምቢ በሉት!

2ቆሮንቶስ 9፥10
«ለዘሪ ዘርን ለመብላትም እንጀራን በብዙ የሚሰጥ እርሱም የምትዘሩትን ዘር ይሰጣችኋል ያበረክትላችሁማል፥ የጽድቃችሁንም ፍሬ ያሳድጋል፤»

ዮሐንስ 6፥9-15
«አምስት የገብስ እንጀራና ሁለት ዓሣ የያዘ ብላቴና በዚህ አለ፤ ነገር ግን እነዚህን ለሚያህሉ ሰዎች ይህ ምን ይሆናል? አለው። ኢየሱስም፦ ሰዎቹን እንዲቀመጡ አድርጉ አለ። በዚያም ስፍራ ብዙ ሣር ነበረበት። ወንዶችም ተቀመጡ ቍጥራቸውም አምስት ሺህ የሚያህል ነበር። ኢየሱስም እንጀራውን ያዘ፥ አመስግኖም ለደቀ መዛሙርቱ ሰጠ፥ ደቀ መዛሙርቱም ለተቀመጡት ሰዎች ሰጡአቸው እንዲሁም ከዓሣው በፈለጉት መጠን። ከጠገቡም በኋላ ደቀ መዛሙርቱን። አንድ ስንኳ እንዳይጠፋ የተረፈውን ቍርስራሽ አከማቹ አላቸው። ስለዚህ አከማቹ፥ ከበሉትም ከአምስቱ የገብስ እንጀራ የተረፈውን ቍርስራሽ አሥራ ሁለት መሶብ ሞሉ። ከዚህ የተነሣ ሰዎቹ ኢየሱስ ያደረገውን ምልክት ባዩ ጊዜ። ይህ በእውነት ወደ ዓለም የሚመጣው ነቢይ ነው አሉ። በዚህም ምክንያት ኢየሱስ ያነግሡት ዘንድ ሊመጡና ሊነጥቁት እንዳላቸው አውቆ ደግሞ ወደ ተራራ ብቻውን ፈቀቅ አለ።»

በትዳራችሁ ውስጥ ምን አይነት የሕይወት ዘር መዝራት ትፈልጋላችሁ?

ባል

ሚስት

ጥንድ በመሆን

ሰ. በግንኙነታችን ውስጥ በብዙ መንገዶች ዘር እንዘራለን

1. ቃላት
2. ተግባር
3. እይታ
4. የፊት ገጽታ
5. የድምፅ ቅላፄ

ሀ. እነዚህን ዘሮች የምንዘራው ባስተዳደጋችን ላይ ተመስርተን ሊሆን ይችላል፡፡
ለ. በሕይወታችን ከተለማመድናቸው ልምምዶች ሊሆን ይችላል
ሐ. ከራሳችን ፍርሃትና ጥርጥር የተነሳ ሊሆን ይችላል

ከላይ በጠቀስናቸው መንገዶች ሁሉ ከክፉ ዘሮች ይልቅ መልካም ዘሮችን ማለትም ፍቅርን፣ መንፈሳዊ ደቀመዝሙርነትን፣ ሰላምን ልንዘራ እንችላለን።

በሕይወታችሁ፣ በትዳራችሁና በቤተሰባችሁ መጥፎ ዘር መዝራታችሁን ጌታ ካሳያችሁ ሊፈውሳችሁ ፈልጓል ማለት ነው። ስለዚህም ንስሐ ግቡ! እግዚአብሔር ከእኛ የሚፈልገው ነገር በእውነተኛ ልብ ንስሐ እንድንገባ ነው። ስለ ዘራችሁት መጥፎ ዘር ይቅር እንዲላችሁ ጠይቁት እርሱም ያደርገዋል። ባሮጌው መንገዳችን ላይ እንድንዘራ መልካሙን ዘር ይሰጠናል።

አስታውሱ የተሻለውን መልካሙን ዘር አብዝታችሁ ስትዘሩ መጥፎው ዘር በፍጥነት ተወግዶ መልካም የሆነውን ታጭዳላችሁ። እግዚአብሔር መልካም የሆነውን ዘር መስጠት ብቻ ሳይሆን በፍጥነትና በትልቅ ሁኔታያበዛቸዋል! በገንዘብ ጉዳይ ምናልባት በጣም ብዙ ትምህርቶችን ሰምታችሁ ይሆናል። ዘርን በምትዘሩበት ጊዜ እግዚአብሔር ገንዘባችሁን እንደሚያበዛ እኛም እንስማማለን። ነገር ግን አሁን የምንነጋገረው እግዚአብሔር ሊያበዛቸው ስለሚፈልጋቸው በጣም ብዙ ሌሎች ጉዳዮች ነው። እግዚአብሔር ሰዎችን ሁሉ የእርሱ ደቀመዝሙር እንድና ደርጋቸው ነግሮናል።

ማቴዎስ 13፥18-23
«እንግዲህ እናንተ የዘሪውን ምሳሌ ስሙ። የመንግሥትን ቃል ሰምቶ በማያስተውል ሁሉ፥ ክፉው ይመጣል፥ በልቡ የተዘራውንም ይነጥቃል፤ በመንገድ ዳር የተዘራው ይህ ነው። በጭንጫ ላይ የተዘራውም ይህ ቃሉን ሰምቶ ወዲያው በደስታ የሚቀበለው ነው፤ ነገር ግን ለጊዜው ነው እንጂ በእርሱ ሥር የለውም፥ በቃሉ ምክንያትም መከራ ወይም ስደት በሆነ ጊዜ ወዲያው ይሰናከላል። በእሾህ መካከል የተዘራውም ይህ ቃሉን የሚሰማ ነው፥ የዚህም ዓለም
አሳብና የባለጠግነት መታለል ቃሉን ያንቃል፥ የማያፈራም ይሆናል። በመልካም መሬት የተዘራውም ይህ ቃሉን ሰምቶ የሚያስተውል ነው፤ እርሱም ፍሬ ያፈራል አንዱም መቶ አንዱም ስድሳ አንዱም ሠላሳ ያደርጋል።»

ማቴዎስ 28፥19
«እንግዲህ ሂዱና አሕዛብን ሁሉ በአብ በወልድና በመንፈስ ቅዱስ ስም እያጠመቃችኋቸው፥ ያዘዝኋችሁንም ሁሉ እንዲጠብቁ እያስተማራችኋቸው ደቀ መዛሙርት አድርጓቸው፤»

እግዚአብሔር የሰጣችሁን ፈውስና እምነት በሌሎች ውስጥ እንድታባዙት ይፈልጋል። ይህ የአሠራር ዘይቤ ወይም ነገሮችን የማከናወኛ መንገድ ሳይሆን የሕያው የእግዚአብሔር መንፈስ የማያቋርጥ እንቅስቃሴ ነው!!! ይህንን ለቤተሰቦቻችሁና ለጓደኞቻችሁ በማድረግ መንፈሳዊ ምሳሌዎች መሆን ትችላላችሁ። ከዚያም የእግዚአብሔርን ቃል አስተምሩአቸው። በሌሎች የዘራችሁት ዘር እንዲያድግና እንዲባዛ ፍቀዱ ምክንያቱም እግዚአብሔር አጠጥቶ ያሳድጋቸዋል!

ዘፍጥረት 9፥7
«እናንተም ብዙ፥ ተባዙ በምድር ላይ ተዋለዱ፥ እርቡባትም።»

ዘዳግም 6፥3
«እንግዲህ፥ እስራኤል ሆይ፥ ስማ መልካምም እንዲሆንልህ፥ የአባቶችህም አምላክ እግዚአብሔር እንደ ተናገረ ወተትና ማር በምታፈስሰው ምድር እጅግ እንድትበዛ፥ ታደርጋት ዘንድ ጠብቅ።»

የእግዚአብሔር የተስፋ ቃል ከተወላጅነት በላይ የሆነ የተትረፈረፈ ሕይወት ተስፋ ነው።

ዕብራውያን 6፥14
«በእውነት እየባረክሁ እባርክሃለሁ እያበዛሁም አበዛሃለሁ ብሎ፥ ከእርሱ በሚበልጥ በማንም ሊምል ስላልቻለ፥ በራሱ ማለ፤»

ዕብራውያን 6፥6-18 ይህንን ነጥብ ያረጋግጣል

ዕብራውያን 6፥6-18
«በኋላም የካዱትን እንደገና ለንስሐ እነርሱን ማደስ የማይቻል ነው፤ ለራሳቸው የእግዚአብሔርን ልጅ ይሰቅሉታልና ያዋርዱትማልና። ብዙ ጊዜ በእርስዋ ላይ የሚወርደውን ዝናብ የምትጠጣ መሬት፥ ለሚያርሱአትም ደግሞ የምትጠቅምን አትክልት የምታበቅል፥ ከእግዚአብሔር በረከትን ታገኛለችና፤ እሾህና ኩርንችትን ግን ብታወጣ፥ የተጣለች ናት ለመረገምም ትቀርባለች፥ መጨረሻዋም መቃጠል ነው። ስለ እናንተ ግን፥ ወዳጆች ሆይ፥ ምንም እንኳ እንዲሁ ብንናገር፥ አብልጦ የሚሻለውና ለመዳን የሚሆነው እንዲሆንላችሁ ተረድተናል። እግዚአብሔር፥ ቅዱሳንን ስላገለገላችሁ እስከ አሁንም ስለምታገለግሉአቸው፥ ያደረጋችሁትን ሥራ ለስሙም ያሳያችሁትን ፍቅር ይረሳ ዘንድ ዓመፀኛ አይደለምና። በእምነትና በትዕግሥትም የተስፋውን ቃል የሚወርሱትን እንድትመስሉ እንጂ ዳተኞች እንዳትሆኑ፥ ተስፋ እስኪሞላ ድረስ እያንዳንዳችሁ ያን ትጋት እስከ መጨረሻ እንድታሳዩ እንመኛለን።

እግዚአብሔርም ለአብርሃም ተስፋ በሰጠው ጊዜ። በእውነት እየባረክሁ እባርክሃለሁ እያበዛሁም አበዛሃለሁ ብሎ፥ ከእርሱ በሚበልጥ በማንም ሊምል ስላልቻለ፥ በራሱ ማለ፤ እንዲሁም እርሱ ከታገሰ በኋላ ተስፋውን አገኘ። ሰዎች ከእነርሱ በሚበልጠው ይምላሉና፥ ለማስረዳትም የሆነው መሐላ የሙግት ሁሉ ፍጻሜ ይሆናል፤ ስለዚህም እግዚአብሔር፥ የተስፋውን ቃል ለሚወርሱ ፈቃዱ እንደ ማይለወጥ አብልጦ ሊያሳያቸው ስለ ፈቀደ፥ እግዚአብሔር ሊዋሽ በማይቻል በሁለት በማይለወጥ ነገር፥ በፊታችን ያለውን ተስፋ ለመያዝ ለሸሸን ለእኛ ብርቱ መጽናናት ይሆንልን ዘንድ፥ በመሐላ በመካከል ገባ፤»

ሸ. ኢየሱስን አባዙት

1. እግዚአብሔር ብዙ ሰጥቷችኋል
2. ካላችሁ ነገር አካፍሉ/ስጡ፡፡ እርሱ ጨምሮ ይሰጣችኋል፡፡
3. በውስጣችሁ የእርሱን ቃል እና ሥራ አባዙ
   ሀ. በእግዚአብሔር ቃል ባለትዳሮችን እና ሌሎችንም ደቀመዝሙር አድርጉ
   ለ. በአንድ መሠረታዊ የትምህርት አቋም ወይም ሥርአት ሳይሆን ለሕይወታቸው ቃሉን በመስጠትና በማበረታታት ሊሆኑ የሚችሉትን እንዲሆኑ ደግፉአቸው
   ሐ. እናንተ የሰጣችኋቸውን በሚሰጡበት ጊዜ ያ የእግዚአብሔር ማባዛት ነው

2ቆሮንቶስ 9፥10
«ለዘሪ ዘርን ለመብላትም እንጀራን በብዙ የሚሰጥ እርሱም የምትዘሩትን ዘር ይሰጣችኋል ያበረክትላችሁማል፥ የጽድቃችሁንም ፍሬ ያሳድጋል፤»

እንደ ባልና ሚስት ሕልም ይኑራችሁ

በእርሱ መንግሥት ውስጥ እንደ ባልና ሚስት ምን ልታደርጉ እንደሚፈልግባችሁ በፀሎት እግዚአብሔርን ጠይቁት፡፡ ጌታ ለእናንተ ያለውን ዓላማና ዕቅድ እንዲያሳያችሁ ወደ ፀሎት ውሰዱት የሚሰማችሁንም ቀጥሎ ባለው ክፍት ቦታ ጻፉ፡፡

በሰጣችሁ ሕልም ላይ ጌታ ያሳያችሁን አውጁ፡፡ ልብ በሉ የትኛውም ህልም ለእግዚአብሔር ትልቅ አይደለም!

የከበረ *ጊዜ* *በአንድነት* *የመባዛት ዋጋ ቁልፍ ስምንት*

   = የአንድነትን ሚስጥር መክፈት 

የአብሮነት የፀሎት ጊዜ

የማረጋገጫ ቃል

በመባዛት ዋጋ ላይ የክፍሉ ጥናት

በትዳራችሁ ውስጥ በዓላማ ልታበቅሉአቸውና ልታሳድጉአቸው የምትፈልጉአቸውን ዘሮች ለማሰብ ጊዜ ውሰዱ፡፡ እነዚህ ዘሮች እንዲያድጉ ባጣይነት ሳታቋርጡ ፀልዩ፡፡ ለሌሎች እንዴት በረከት መሆን እንደምትችሉ ተነጋገሩ ደግሞም ፀልዩ፡፡

እንደ ባልና ሚስት ስለ እግዚአብሔር የማባዛት ሥንጠረዣ/ገበታ ምን እንደተማራችሁ ጻፉ፡፡ ይህ ለትዳራችሁ ያለው ትርጉም ምንድን ነው?

የእርስ በእርስ መስጠት

ባል የእግዚአብሔርን ባሕርይ ያንጸባርቃል ማርቆስ 10፥44

ሚስት የእግዚአብሔር ፍቅር ምሳሌ ናት ዮሐንስ 4፥19-21

ከኮርሱ /ከትምህርት በፊት

ትዳራችሁ ዓላማ አለው?

እንደ ባልና ሚስት ዓላማችሁን ከግብ እንዳታደርሱ የሚገታችሁ ነገር ምንድን ነው?

እንደ ባልና ሚስት ላላችሁ ዓላማ እንደ ግለሰብ እያንዳንዳችሁ ያላችሁ አስተዋፅኦ ምንድን ነው?

እንደ ባልና ሚስት እግዚአብሔር ለሕይወታችሁ ያለውን ዕቅድ ለማረጋገጥ ምን ማድረግ ትችላላችሁ?

በራዕያችሁና በዓላማችሁ ላይ አተኩራችሁ እንድትቆዩ ቃል ኪዳን ሊረዳችሁ የሚችለው እንዴት ነው?

MISSIONARIES 2 MARRIAGES

ከኮርሱ/ከትምህርቱ በኋላ

ትዳራችሁ ዓላማ አለው?

እንደ ባልና ሚስት ዓላማችሁን ከግብ እንዳታደርሱ የሚገታችሁ ነገር ምንድን ነው?

እንደ ባልና ሚስት ላላችሁ ዓላማ እንደ ግለሰብ እያንዳንዳችሁ ያላችሁ አስተዋፅኦ ምንድን ነው?

እንደ ባልና ሚስት እግዚአብሔር ለሕይወታችሁ ያለውን ዕቅድ ለማረጋገጥ ምን ማድረግ ትችላላችሁ?

በራዕያችሁና በዓላማችሁ ላይ አተኩራችሁ እንድትቆዩ ቃል ኪዳን ሊረዳችሁ የሚችለው እንዴት ነው?

ተጨማሪ የጽሑፍ ትምህርቶች ወይም ለትዳራችሁ ድጋፍ የምትፈልጉ ከሆነ በሚከተለው
አድራሻችን ልታገኙን ትችላላችሁ

MISSIONARIES 2 MARRIAGES

PO BOX 7832
Broomfield, Colorado 80021
Office: 303-465-0342
Cell: 720-351-6211
info@missionaries2marriages.com
www.missionaries2marriages.com

በተጨማሪም በፌስቡክ እና በዩትዩብ በዌብሳይት አድራሻችን
ፈልጉን ልታገኙን ትችላላችሁ

ለአገልግሎታችን ያላችሁን ድጋፍ በአገልግሎት ዌብሳይታችን በኩል መስጠት ትችላላችሁ፡፡ ከእኛ ጋር አጋር በመሆን በዓለም ዙሪያ ያሉትን ባለትዳሮችና ቤተሰቦች ለማገልገል የምትሰጡትን ስጦታ እናደንቃለን፡፡

2ቆሮንቶስ 8፥23
«ስለ ቲቶ የሚጠይቅ ቢኖር ስለ እናንተ አብሮኝ የሚሠራ ባልንጀራዬ ነው፤ ስለ ወንድሞቻችን የሚጠይቅ ቢኖርም የአብያተ ክርስቲያናት መልእክተኞችና የክርስቶስ ክብር ናቸው።»

በኢሜል ዝርዝራችን ውስጥ እንድናካትታችሁ ከፈለጋችሁ

በ Info@Missionaries2Marriages.com ጻፉልን፡፡

በዚህ ኮርስ ለመሳተፍ ለምትፈልጉ ሁሉ ነጻና አዳዲስ አስተማሪ ቪዲዮዎችን እንድታገኙ ቀጥሎ ወዳለው URL እንጋብዛችኋለን፡፡

www.Missionaries2Marriages.com/Victorious-Living.php

ማስታወሻ

ባል፡- ለ30 ዲቃ ያከል የእግዚአብሔርን ቃል ለሚስትህ በማንበብ ባርካት፡፡ ከጌታ ዘንድ በሆነ የሚያበረታታ ቃል በማውጣት ፀልይላት፤ ይህንንም ጽፈህ ለእርሷ ስጣት፡፡

ኤፌሶን 5፥24-26

«ዳሩ ግን ቤተ ክርስቲያን ለክርስቶስ እንደምትገዛ እንዲሁ ሚስቶች ደግሞ በሁሉ ለባሎቻቸው ይገዙ። ባሎች ሆይ፥ ክርስቶስ ደግሞ ቤተ ክርስቲያንን እንደ ወደዳት ሚስቶቻችሁን ውደዱ፤ በውኃ መታጠብና ከቃሉ ጋር አንጽቶ እንዲቀድሳት ስለ እርስዋ ራሱን አሳልፎ ሰጠ፤»

ሚስት፡- እርሱ በሚቀበላቸው ጥቂት መንገዶች አክብሮትን በማሳየት ባርኪው፡፡

ኤፌሶን 5፥33

«ሆኖም ከእናንተ ደግሞ እያንዳንዱ የገዛ ሚስቱን እንዲህ እንደ ራሱ አድርጎ ይውደዳት፥ ሚስቱም ባልዋን ትፍራ።»

ባል፡- ለእርሷ ያለህን ፍቅር የምታሳይበትን አንድ ነገር ለሚስትህ አድርግላት፡፡ የእርሷን የፍቅር ቋንቋም እንደ መመሪያ ተጠቀምበት፡፡

ኤፌሶን 5፥28

«እንዲሁም ባሎች ደግሞ እንደ ገዛ ሥጋቸው አድርገው የገዛ ሚስቶቻቸውን ሊወዱአቸው ይገባቸዋል። የገዛ ሚስቱን የሚወድ ራሱን ይወዳል፤»

ሚስት፡- ለእርሱ ያለሽን ፍቅር የሚያሳይ አንድ ነገር ለባልሽ አድርጊ፡፡ እንደ መመሪያም የእርሱን የፍቅር ቋንቋ ተጠቀሚ፡፡

ቲቶ 2፥4-5

«ቆነጃጅትም የእግዚአብሔር ቃል እንዳይሰደብ፥ ባሎቻቸውን የሚወዱ፥ ልጆቻቸውን የሚወዱ፥ ራሳቸውን የሚገዙ፥ ንጹሖች፥ በቤት የሚሠሩ፥ በጎዎች፥ ለባሎቻቸው የሚታዘዙ እንዲሆኑ ይምከሩአቸው።»

ባል፡- ሚስትህን ወደምትወደው ለእርሷ ምርጥ ወደ ሆነው ስፍራ በምሽት ይዘሃት ውጣ፡፡ ለእርሷ ምርጥ ወደ ሆነው ሬስቶራንት ጋብዛት፤ ለእርሷ ምርጥ የሆነውን ነገር አድርግላት፡፡

1ዮሐንስ 4፥19

«እርሱ አስቀድሞ ወዶናልና እኛ እንወደዋለን።»

ሚስት፡- ባልሽ የሚወደውን አይነት ምግብ አዘጋጂለት፡፡ ለእርሱ ምርጥ ወደ ሆነው የምሽት እንቅስቃሴ ውሰጂው፡፡

ምሳሌ 14፥1«ብልሃተኛ

«ሴት ቤትዋን ትሠራለች ሰነፍ ሴት ግን በእጅዋ ታፈርሰዋለች። »

---

www.ingramcontent.com/pod-product-compliance
Lightning Source LLC
LaVergne TN
LVHW081058071026
849535LV00013BB/4293